இன்மை

ஹரி

Made with ♥ on the Notion Press Platform
www.notionpress.com

ஆசான்கள் என்றெண்ணும் ஆசான்களுக்கு

இதை வாசிக்க எண்ணிய வாசகர்களுக்கு

நம்மை கடந்து வாழும் காலத்துக்கு

பொருளடக்கம்

நன்றி

இத்தொகுப்பை பிழை திருத்திய அம்மாவுக்கு
அட்டை ஓவியம் அளித்த பரத் அவர்களுக்கு

1

ஒரு துளி மழை

ஓவியம் வரைய முற்படுபவன் புள்ளிகளும் கோடுகளும் வரைய அஞ்சக்கூடாது . உன் முகத்தில் உள்ள அணைத்து புள்ளிகள், கோடுகள், சுழிகள் மற்றும் நிழல்களை நான் புரிந்துகொள்ளும் வரை நான் ஒரு ஓவியன் அல்ல.

நான் ஒரு மாயாவி.

ஒரு மந்திரக்காரன்.

ஒரு மாறுவேடம் அணிந்த பித்தன்.

என் கலைக்கு எவ்வித உன்னதமும் இல்லை.

ஆனால் உன் முகம் அத்தகையஎளிதல்ல. அது ஒரு மாயபிம்பம். ஆண்டுகள் பல தவமிருந்து செதுக்கிய சிற்பம். ஒரு பிரமாண்டமான அறிமுகமற்ற உலகம்.

அதில் விழும் நிழல்கள் யாவுமே எனக்கு அந்நியமானவை. இருந்தபொழுதும் ஏதோ மொழியறியா பாடலை போல் அவைஎனக்கு ஒரு வித ஆறுதல் அளித்தன. அதனால் தான் நான் உன் முகத்தை மறுமுறை பார்க்க ஏங்கி கொண்டிருந்தேன்.உன் பின்புறத்தின் கச்சிதமான கட்டமைப்பு பல்லாயிரம் ஆண்டு தொன்மம் வாய்ந்த கற்கோபுரத்தை போல் ஓர் அறிமுகமளித்தது. அது முகத்தின் வசீகரத்தை மேலும் பலப்படுத்தியது.

அர்ப்பமானுடத்தின் காமஇச்சை அதில் கலந்திருந்தபொழுதும் ஏதோ ஒரு ஓரத்தில் ஒரு இறைஉணர்வின் உன்னத தரிசனம் அதில் அடங்கியதுபோல் ஒரு அமைதி பரவலாக இருந்தது.

என் விரல்களில் இருந்த சிகரெட் துண்டின் வெப்பம் என்னை இவ்-வுலகுக்குக்கொண்டு வந்தது. அத்துடன் இவ்வுலகின் சலிப்பும் கசப்-பும் வேதாளத்தை போல் என்னை மறுபடியும் பின்தொடரத்தொடங்கியது. நான் சிகரெட்டை வீசிவிட்டு இன்னொரு சிகரெட் வாங்கினேன். என்-னால் விழுங்க இயலா பழக்கங்களில் இதுவும் ஒன்று. எதிரில் ஒரு பெரும் புல்வெளிபோல் உலகம் விரிந்து கிடந்தது. ஆயிரம் அடிகளுக்கு மேல் இருந்து அது அமைதியாக காட்சியளித்தது. அதில் சோற்றுக்கு திண்டாடும் மனிதமோ, சுதந்திரத்துக்கு திண்டாடும் மிருகமோ தெரிய-வில்லை. சினிமாவில் இதை ஏன் கடவுளின் பார்வை என்று சொல்கி-றார்கள் என்று எண்ணி நான் புன்னகைத்துக்கொண்டேன். இங்கிருந்து எல்லாமே நிறைவாக தான் இருந்தது.

மழைக்காலத்தின் கடைசிபருவம் என்பதால் சுற்றி உள்ள புவி எங்-கும் அழகான தளிர்களும் பூக்களும் இருந்தன. இந்த காட்சி எனக்கு ஒரு பழைய ஜெயமோகன் கட்டுரையை நினைவுக்கழைத்தது. நான் சலிப்புடன் சிகரெட்டை இனொரு நீண்ட முறை நுகர்ந்தேன். அதன் மாய புகை என்னை மேலும் சோகத்தில் ஆழ்த்தியது. ஒரு துளி நீர் என்தலையில் சொட்ட நான் வான்நோக்கினேன் . ஓய்ந்த மழையில் மரங்களால் சிறைகொள்ளப்பட்ட நீர்த்துளிகள் தொடர்ந்து சொட்டிக்-கொண்டிருந்தன.

என் வாழ்வில் எனக்குஒரு பொழுதும் மழைகள் ஆசியளிப்பதில்லை. இம்மாதிரி நீர்த்துளிகள் மட்டுமே எஞ்சுகிறது. எனக்கு மழையில் நனைந்த நினைவே சற்றும் இல்லை. நான் உணரும் அனைத்தும் எங்கோ எவரோ என்னைவிட ஆழமான நிலையில் ஏற்கனவே உணர்ந்-துள்ளார்கள். நான் இங்கொரு புழு. பச்சை புழு. மற்ற புழுக்களை போல் தொழிற்சாலையில் தயாரிக்கப்பட்ட தனித்துவமற்ற புழு.

உன் கணவனுடன் நீ அந்த நீர்ப்பாறையின் மேலிருந்து கீழிறங்கி-னாய். அவன் கைகளை நீ கெட்டியாக பற்றிக்கொண்டாய். நான் என்-பார்வையை வேறு திசையில் விலக்கினேன். நீ அவன் இடத்தில பாது-காப்பாக உணர்வதாக ஒரு பொய்யை உன்னிடத்தில் மேலும் மேலும் சொல்லிக்கொண்டு நிறைவு கொண்டிருக்கிறாய். ஆனால் அவன் ஒரு சராசரி ஆண்மகன் தான். நீ அவனுக்கு சொந்தம் என்கிற கர்வத்தின் நிராகரிப்பு அவன் செயல்களில் வெளிப்பட்டன. அது எந்த ஒரு சராசரி ஆண்மகனுக்கும் உள்ள சாபம் தான். ஒரு வேளை நீ என்னுடைய

மனைவியாக இருந்தாலும் நான் அப்படி தான் நடந்து கொண்டிருப்பேன் என்று பட்டது. அந்த உணர்வு எனக்கு மிகவும் சோர்வளித்தது. என் தோழி ஒருவள் சொல்வதுண்டு.

“ஆண்கள் அனைவரும் ஒன்றுதான்” என்று.

அதில் எனக்கு அவ்வப்பொழுது எரிச்சல் ஏற்படும். இவளுக்கு எங்கள் துயரெங்கு விளங்கப்போகிறதென்றது

ஆனால் அவள் சொல்வதில் மெய்யில்லாமலில்லை.

‘ஏலேய் மாஞ்சோலை குதிரைவேட்டி. பைய ஏறு ல பக்கி’

மாஞ்சோலை. அழகிய பெயர். அழகிய தேயிலை தோட்டங்கள். பெரிய கொம்பு கொண்ட மான்கள். அவ்வப்பொழுது இங்கு வேழங்களும் காட்சியளிக்கின்றன. மாஞ்சோலை கிளிதானோ என்றொரு இளையராஜா பாடல் கூட உண்டு.

வெகுகாலமாக பம்பாய் பர்மா தொழிற்சாலை இங்கு தேயிலைத்தோட்டத்தில் முன்னோடி. அவர்கள பிரிட்டிஷ் காலத்திலிருந்து நிலத்தை லீஸ் எடுத்திருந்தார்கள்.

எல்லாம் கொஞ்சம் காலம் தான் என்று இங்கு பல பேர் சொல்ல கேட்டிருந்தேன்.

ஆனால் மாஞ்சோலை என்றால் முக்கியமாக நினைவுக்கு வருவது 1999 படுகொலைகள் தான். வெறும் முப்பது ருபாய் உயர்வு கேட்டதால் நிகழ்ந்த வரலாற்று சோகம். நான் ஒரு நொடி பெருமூச்சிட்டேன். நான் ஜாதி உணர்வை கடந்து வாழ முற்படுகிறவன். ஆனால் அது எளிதான செயல் அல்ல.நான் நகரவாசி. என் சூழலின் ஜாதி வெறு. அது நுட்பமானது. இன்னும் அழுக்கு நிறைந்தது.

ஜாதி ஒரு விலங்குவாழ்வின் நீட்சி. இனக்குழுவாழ்வின் தொடக்கம். வேளாண்மை சமூகத்தில் அது இன்னும் விரிவடைகிறது. இதை இன்னும் விட்டுக்கொடுக்காமல் வாழ மனிதனால் இயலவில்லை.

புகைகிளப்பிய பேருந்து என் சிந்தனை ஓட்டத்தை நிறுத்தியது

நான் என் வண்டியில் உங்கள் பேருந்தை பின்தொடர்ந்தேன். பச்சை நிற அரசு இயந்திரம். பல ஆண்டுகளாக பெயிண்ட் அடிக்காமல் பூத்துப்போயிருந்தது. அதன் கருவிகள் பழுதடைந்து அதீதமான சத்தம் போட்டது. வழவழப்பான வளைந்து நெளியும் சாலையிலும் அந்த பேருந்து வேகமாக தான் சென்றது.

மழை ஓய்ந்த பின் எழும் இளவெயிலின் குளிர் உன்முகத்தில் தங்காபரணத்தை போல் காட்சியளித்தது. நொடிக்கொருமுறை அதன் நிழல் இடம்பெயர்ந்து கொண்டு இருந்தது. எனக்குள் இருந்த அச்சம் பல்கிப்பெருகியது.

என்னால் உன்முகத்தை என் அகத்தில் நிறுத்த இயலவில்லை. ஆனால் அது என்போன்ற மறக்கக்கூடிய முகமும் இல்லை. நாளை பகல் விடிந்த பின் நான் உன்னை மறந்துவிடுவேனோ என்று அஞ்சினேன். அந்த எண்ணம் என்னைமேலும் சலிப்படைய செய்தது. நீ உன் உதட்டில் எதையோ அசைபோட்டு கொண்டு உன் கணவனின் தோள்மீது சாய்ந்து கொண்டிருந்தாய். மலை சரிவில் ஏற்படும் குமட்டலுக்கு எலுமிச்சை மெல்கிறாயென்று நான் ஊகித்துக்கொண்டேன்.

வருடங்களை திருப்பிப்போட்டு உன் கணவனுக்கு முன்னால் நான் உன்னை கண்டிருந்தால் நாம் எப்படி வாழ்ந்திருப்போம் என்று நான் கற்பனைபண்ணிக்கொண்டிருந்தேன். என் வாகனம் என் உடலின் மருவினைசெயலால் மட்டுமே இயங்கப்பட்டுக்கொண்டிருந்தது.

ஒருவேளை நாம் ஒன்று சேராமல் போயிருக்கலாம். உன்னை எனக்கு புடிக்காமல் போயிருக்கலாம். அல்லது உனக்கு என் மீது வெறும் நட்பின் ஸ்நேஹம் மட்டுமே இருந்திருக்கலாம். அல்லது ஜாதி மதம் என்று நம்மை பிரிக்க இந்த ஊர் முழுவதும் இரத்த வெள்ளம் ஓடியிருக்கலாம்.

எனக்கு உன் மீது ஏன் மோகம் எழுந்தது என்று சிந்தித்துப்பார்த்தேன். எனக்கு எவ்வித அசைவற்றபதிலும் புலப்படவில்லை. நீ இன்னொருவன் மனைவி என்பதால் உன்னை என்வசம் ஆகிக்கொண்டு ஆளநினைக்கிறேனோ என்கிற எண்ணஓட்டத்தை நான் உதற முழற்சிசெய்தேன். அது பொய்யானது என்பதால் அல்ல. அது எண்ணில் உள்ள அரக்கனின் குரூரத்தை வெளிச்சம் போட்டு காட்டியது என்பதால். இறையற்ற மனம் அந்த சாத்தானின் விளையாட்டுமைதானம். அதில் எழும் நஞ்சுகளுக்கு மாற்றுமருந்தை தேடிச்செல்ல நாம் முற்படுவதில்லை. அந்த நஞ்சின் போதையில் திகழ்வதே நமக்கு பழகிவிடுகிறது.

சாளரம்வழியாக உன் கூந்தல் காற்றில் அசைந்துகொண்டிருந்தது. ஏதோ ஆலமர வேர்களை போல் தோற்றம் இருந்தபொழுதும் அதில் அதீதமான மேன்மை இருந்தது. தொட்டால் ஒரு ஆயிரம் சில்களாய்

நொறுங்கிவிடுவாய் ஆனால் அழுத்தி பிடித்தால் மாஞ்சாநூலை போல் என் கழுத்தை அறுத்துவிடுவாய் என்று தோன்றியது. நீ ஒரு யக்ஷி.

உன் கணவன் உன் கூந்தல் மீது ஒரு கரம் வைத்து அதை கோதி-விட்டுக்கொண்டிருந்தான். அந்த நொடியில் என்னுள் இருந்த ஆண்மகன் ஒரு ஆயுள்காலத்தை துறந்திருந்தான். எனக்கது ஒரு கோரமான சாவு. என் அகத்தில் நீ எனக்கு சொந்தமாகி ஒரு யுகம் முடிந்திருந்தது.

நான் இம்முறை என்னை கண்டித்து கொண்டேன். என் அகத்தில் உள்ள கூர்வாளால் என்னை புண்படுத்த முயற்சி செய்தேன்.

அவள் ஒரு பொருள் அல்ல அவள் இன்னொருவரின் மனைவி

அவள் அவளுக்கு மட்டுமே சொந்தம் அவனுக்கு கூட சொந்த-மில்லை.

என்னுள் எஞ்சி இருந்த கடைசி துளி இறையின்கருணையை திரட்டி எனக்கு நல்லூழ் பெற்றுக்கொள்ள முயன்றேன். ஆனால் என்னுள் இருந்த சாத்தானுக்கு அவள் அவனுக்கு சொந்தம் இல்லை என்-பது மட்டும் தான் விளங்கியது. ஆசையே துன்பத்துக்கு காரணமென்று சொல்லலாம், உணரகூடச்செய்யலாம். ஆனால் வாழ்வது கடினம். அர்த்-தமற்றவாழ்வையும் அன்றாட சலிப்புகள் துரத்துகிறது. பசியில் வாடுப-வனுக்கு தத்துவம் பத்துரூபாய் அளிக்குமா என்பது தான் சிந்தனை. இதுவும் ஒரு பசி தான்.

அந்த பேருந்தை தாண்டி சென்று வேகமாக ஓட்ட தொடங்கினேன். அந்த சாலையெங்கும் தேங்கிய குட்டைகளில் எஞ்சிய மழை என் உடலெங்கும் தோல்நோயை போல் பற்றிக்கொண்டது. அடுத்த பேருந்து நிலையத்தின் முற்றத்தில் வண்டியை நிறுத்தி விட்டு பேருந்துக்காக காத்-திருந்தேன். இன்னும் மலை மேல்செல்ல ஒரு நாழிகை பொழுது இருந்-தது. அது வரை நான் உன்னுடன் பயணிப்பேன். உன்னை ஆட்கொள்ள முற்படுவேன். அதில் தோற்றாலும் முயற்சிப்பேன். அல்ல என்னை மாய்த்துக்கொள்வேன். இங்கு ஆண்கள் எண்ணிக்கையற்றவை, தேவ-தைகள் விரலளவு தான். ஆதலால் போராட்டமில்லாமல் இங்கு வாழ்-வில்லை.

கழுத்தில் சொடக்கிட்டு நான் அங்கு சாலைநோக்கி காத்திருந்தேன். அரைநாழிகை கடந்தது. நான் எரிச்சல் அடைந்தேன்.

'அந்த பஸ்ஸு வேகமாக தானா வந்துகொண்டிருந்தான் தாயோளி' என்று என்னுள் கடிந்து கொண்டேன்.

‘லே! ஜோசேப்பு ஆரான் நம்பர் வண்டி மலைலேந்து சரிஞ்சிருச்சாம் லே! இதோடு நாலாவது தரவ நடக்குது! வெரசா வாலே பொய் பாப்-போம். போலீஸ் எலாம் வந்துட்டாக! யேசப்பா’ என்று ஒரு நீண்ட தாடி இருந்த கிழவன் ஒரு டிரைவர் இடம் பேசி அழைத்து சென்றான்.

ஒரு கணம் என் உலகம் நின்று போவதை உணர்ந்தேன். அந்த பேருந்தில் பிரிந்த பலஉயிர்கள் என்னை கவரவில்லை. நான் பேரன்பு நிறைந்த தேவன் அல்ல.

ஆனால் அதில் நீ இருந்தாய்.

அதுவும் எனக்கு சொந்தமில்லாத நீ இருந்தாய்.

இன்னொருவனின் மனைவியாக உன்னைஏமாற்றிக்கொண்டிருந்த நீ இருந்தாய்.

நான் என் வண்டியை உதைத்து விரைந்தேன். அந்த பள்ளத்தாக்கின் வளைவில் பெரிய கூட்டம் இருந்தது. போலீஸ் மக்களை விரட்டிக்-கொண்டிருந்தன. கூடி இருந்த முதிய பெண்கள் ஓ என்று அழுது ஆர்-பாட்டம் செய்து கொண்டிருந்தன.

‘லே! எஸ்தெரு! அழாத கண்ணு!’ என்று ஒரு இளம் பெண்ணை ஒரு கிழவன் சமாதானம் செய்து கொண்டிருந்தான். மூன்று குழந்தைகள் அம்மா அம்மா என்று எட்டி பார்தபதி விம்மிக்கொண்டிருந்தன

பள்ளத்தாக்கின் முனையில் இருந்து பேருந்து தெரியவில்லை. ஒரே கும் இருட்டு. எல்லையற்ற பாழும்கிணற்றின் அடியைப்போல். அங்கு ஆழத்தில் எங்கோ நீ இருந்தாய். உன் நீண்ட கூந்தல், உன் வழவ-ழப்பான கரிய நிறம், எல்லைக்கோவில் காவல்தேய்வத்தை போல் உன் உடல் அமைப்பு, காட்டில் தொலைந்த பிள்ளையை போல் உன் உணர்-வற்ற கங்கள், இடையற்ற உன் மெல்லிய கரம். அதில் உனக்கு சொந்-தமாகி கோர்க்கப்பட்ட உன் கணவனின் கரம்.

நான் வான் நோக்கி பார்த்தபடி ஒரு சிகரெட் வாங்கி பற்றவைத்-தேன். உன் ஆன்மா தேவனிடம் செல்கிறதா என்று பார்த்துக்கொண்டி-ருந்தனே.நான் நரகத்தில் வாழ்பவன். இது தான் நம் கடைசி சந்திப்பாக இருக்கக்கூடும். இறையின் உலகில் எனக்கு ஒரு பொழுதும் அடைக்-கலம் இல்லை என்று எண்ணி பெருமூச்சிட்டேன். ஒரு துளி மழை பொழிந்து பெருமழையாக வளர்ந்து என்னை நனைத்தது. அதில் நான் என் பாவங்களை கழுவ தொடங்கினேன்.

2

கட்டைவிரல்கள்

அது ஒரு குறுகிய சந்து. ஒரு சமயத்தில் ஒரு கார் மட்டும் தான் போக முடியும். எதிரில் ஒரு இருசக்கர வண்டி வந்தால் கூட கடினம் தான். இன்று ஒரு இரு சக்கர வாகனம் கூட செல்ல முடியாதது போல் இருந்தது.

'என்னடா மச்சான் போக முடியுமா இல்லையா,' என் நண்பன் கேட்டான். அது நாங்கள் எப்பொழுதும் அலுவலகம் செல்ல பயன் படுத்தும் சந்து.

'இருடா என்னனு பாக்கறேன்,' என்று சொல்லி விட்டு நான் இறங்கி நடந்து சென்றேன்.

இருபத்தைந்து முதல் முப்பது வயதிருக்கும். வட்டமான முகம், நீண்ட கரிய நிற கூந்தல், செந்நிற போட்டு, . இரு நாசியிலும் பஞ்சு துண்டுகள்- குணமடைவதற்கு சற்று முன் உறைந்து கட்டியாக வழியும் சளி போல். உடல் சற்று கருத்து உக்கிரமாக காட்சி அளித்தது- கர்பகிரஹ கொற்றவை போல். அதில் அங்கங்கு பழுப்பு நிற வெளிப்பாடுகள்- இன்னும் சிதையாமல் மீதம் உள்ள அசல் சருமம். மூக்கிலும் காதிலும் ஆபரணங்கள் இருந்து தடயம் சற்று உற்று நோக்கினால் காணலாம்.

'என்ன டா போலாமா,' என்று என் நண்பன் கூச்சலிட்டான்.

'அட இரு டா தாயோளி,' என்று அவனை அதட்டி விட்டு நான் முன் சென்றேன். அவளை சவம் என்று சொல்ல எனக்கு விருப்பம் இல்லை. அவள் பாதம் சற்று மஞ்சள் கலந்த இளம் சிவப்பு

நிறம். கட்டை விரல்கள் இரண்டும் இறுக கட்டப்பட்டிருந்தன. ஏதோ அவிழ்த்து விட்டால் மட்டும் அவள் ஓடி விடுவது போல். நான் சற்று தயங்கி நின்றேன். காட்டில் பரவும் தீ போல் என் கண்கள் அவள் மீது உருண்டோடியது.

எனக்கு அவள் பாதத்தை தொடவேண்டும் போல் இருந்தது. எவ்வித காம உணர்வும் அதில் இல்லை. ஆனால் அதை தெய்வீக பரிசுத்தம் என்றும் சொல்ல இயலாது . ஏதோ ஒரு வித ஆசை- மெழுகுவத்தியின் தீயில் விரலை விட்டு விளையாடுவதுபோல்.

ஒரு நிமிடம் தயங்கி நான் அங்கு உறைந்து நின்றேன்.

' போயா ராசு நம்ம தங்கத்த என்ன பண்ணிட்டாங்க பாரு.'

என் பின் ஒரு நீண்ட வெளுத்தநிற மீசை வைத்த முதியவர் ஒருத்தர் என்னை வேறுயாரோ என்று எண்ணி முன்னே தள்ளினார்.

அருகில் சென்றபொழுது அவள் உடல் காற்றடைத்த பையை போல் ஊதி இருந்தது. முகம் முழுமையாக சிதைக்க பட்டு அடையாளம் அறி-யாமல் இருந்தது. புதுசாக தொழில் பழகும் ஓவியன் வடிக்கும் ஓவியம் போல் உடலில் அங்கங்கு அவள் நிறம் எவ்வித கோட்பாடும் இல்லாமல் கருப்பும் பழுப்பும் ஆக இருந்தது. நான் அவள் கால்களை ஒரு நொடி தொட்டு பாத்தேன். நீண்ட அவள் கால் நகம் அவள் ஏதோ அந்த-ரங்கமான ஆண்மகனின் சுவாசத்தை உணர்ந்தது போல் ஒரு நிமிடம் ஜில்லிட்டு சிலிர்த்ததை நான் உணர்ந்தேன் . என் முதுகு தண்டில் ஒரு வெம்மை பரவி என் உடல் கூசியது . விஷநாகத்தின் கழுத்தை பிடித்-தது போல் ஒரு உணர்வு. அவள் பெருவிரல் சருமம் சற்று கடினமாக இருந்தது. நீண்ட நேரம் ஓய்வின்றி பயணித்த களைப்பை அதில் நான் உணர்ந்தேன்

'பாருயா. என் மவராசி சாகுற வயசா இது,' என்று அவள் தலை ஆறுகள் அமர்ந்திருக்கும் ஒரு ஆயா என்னிடம் ஒப்பாரிவைக்க தொடங்கினாள்.

நான் கசப்பான ஒரு சிரிப்பு சிரித்தேன். எனக்கு குமட்டிக்கொண்டு வந்தது. தலைசற்று சுற்றியது அவள் ஸ்பரிசம் உண்மையில் என்னை ஒரு நாகம் போல் தீண்டிவிட்டதாக உணர்ந்தேன்.

'டேய் நாயே நேரம் ஆகுது டா மேனேஜர் கேவலமா கேப்பான்,' என்று என் நண்பன் இறங்கி வந்து விட்டான். யக்ஷி என்று முணுமு-ணுத்துக்கொண்டு நான் அங்கிருந்து நகர்ந்தேன். பித்துபிடித்தவன் போல்

தலையசைத்து நான் விலகி சென்றேன். அன்று நாங்கள் அலுவலகத்துக்கு தாமதமாக சென்றோம். வழக்கம் போல் மேனேஜர் வசை பாடினான். நாள் முழுதும் எனக்கு வேலை ஓடவில்லை.

நான் ஏன் அவள் கால்களை தொட்டுப்பார்க்க ஆசை பட்டேன் ?

சவத்தின் மீதுள்ள ஆர்வமா அல்லது மோகமா?

அல்ல அருவருப்பாக சிதைக்க பட்ட உடலில் அந்த பாதம் மட்டும் ஒரு விதிவிலக்காக இருந்ததாலா?

அந்த இரவெல்லாம் என் கனவில் நான் அந்த பாதத்தை பார்த்தேன். ஆழமான குதிகால். அமைப்பான நீண்ட நகங்கள். நிறைவான வாழ்வை நோக்கி ஏங்கி தவிக்கும் இரு தடித்த கட்டைவிரல்கள்.

3

இது மெஷின் உலகம்

‘இராத்திரி சோறு வெண்டா ஆயா. சந்திரன் வீட்டுக்கு போறேன். அங்க முத்தண்ணன் கிளப்புல ஏதாச்சு பாத்துக்குறேன். சோத்துல தண்ணி ஊத்தி வை. கால்ல பாத்துக்கலாம்’ என்று சொல்லிவிட்டு பதில் குரலுக்கு காத்திருக்காமல் அறிவு விரைவாக வெளியே சென்று வண்டியை கிளப்பினான். கொஞ்சம் காத்திருந்தால் ஆயா கடிந்துகொள்ள ஆரம்பிச்சிடும். ‘ போறான் பாரு உன் மவன். சின்ன தாயோளி. ஒரு வா சொத்துக்கு வந்தா என்னவான்.’

‘ஒரு உருண்டைய வெக்கேன் டா மவனே. ராத்திரி ஒரு எட்டு வந்து உருட்டி போட்டுட்டு போ’ என்று அவள் சொன்னதை கேக்காதவன் போல் கிளம்பிவிட்டான். இல்லையேல் நாளை அவனை ஏதோ மணவறையில் இருந்து ஏமாற்றிவிட்டு ஓடிச்சென்ற மாப்பிளை போல் கேள்வி கேப்பாள்.

வழக்கம் போல் அறிவு சிந்தனையில் ஆழ்ந்து வெறும் பழக்கம் அளித்த உணர்வின் திறனால் மட்டுமே வண்டியை ஒட்டி சென்றான். காற்றில் மிதக்கும் காக்கையின் கிழிந்த இறக்கைபோல், அக்கம் பக்கம் பார்த்து கொண்டே, அளவான வெக்கத்தில் தனக்கு மிகவும் பரிட்சயமான தெருக்களை கடந்து சென்றான். அண்ணா தெருவில் உள்ள சலீம் பாய் பேக்கரி வாசலில் தற்செயலாக திரும்பும் பொழுது அவன் பார்த்ததோ ஒரு பேரழகி. பழுப்பு நிற சேலை உடுத்தி நீண்ட கூந்தல்

காற்றில் அலைபாய ஏதோ பொருளின் விலையை கேட்டு கொள்வது போல் கைகளை நீட்டி பேசி கொண்டிருந்தாள். வெறும் ஒரு நொடி தரிசனம் தான்- இரயில் சாளரத்தின் வழி தென்படும் நீர்வீழ்ச்சி போல. இதற்கு பின்பு அவன் அவளை மறுபடியும் பார்க்க இயலுமா என்று தெரியவில்லை. இருந்தாலும் வண்டியை திருப்பி செல்ல விருப்பம் எழ வில்லை. ஒரு வேல நிஜ வாழ்க்கைல அவ பேரழகியா இல்லாம போனா என்ன பண்றது. ஏற்கனவே அவனுக்கு வாழ்வளித்த ஏமாற்றங்கள் ஏராளம்.

நிஜவாழ்க்கை எப்பொழுதும் நிழலுக்கு ஒரு படி கீழ தான். என்ன தான் சினிமாவை விட கிளாரிட்டி அதிகமா இருந்தாலும், சினிமா குள்ள பாக்குற காட்சிக்கு ஒரு தனி அழகியல் இல்லையா. அது போல தான். பேரழகி என்று சொன்னவுடன் தான் அறிவுக்கு மீனாவின் ஞாபகம் வந்தது. அசோக் மித்திரன் கவிதை மாறி. அப்பிடி ஒன்னும் அழகு இல்ல. ஆனாலும் உத்து பாத்தா காதல் வந்துரும். மதுரசம் எப்படி வயசாக வயசாக ருசி கூடும் சொல்றாங்களோ அப்படி தான் காதலியின் அழகும். முதலில் பெரிய ஈர்ப்பெல்லாம் ஏற்படவில்லை மீனாவை பாக்குறப்போ.மாநிறம, அளவான கூந்தல்- அடிக்கடி அவ காது கம்மல்ல சிக்கி கஷ்ட படும். நீண்ட முக்கோண பொட்டு, சில சமயம் சின்ன வட்டம் தான், அளவான உடல் அமைப்பு- இப்போ வர்ணிக்க கொஞ்சம் கசப்பாக இருந்தது. அவளுடன் அவன் இருந்த சிறு காலத்தை எண்ணி பார்த்தால் ஒரு வித வலிநிறைந்த சிரிப்புடன் கலந்த ஒரு குமட்டல் எழுந்தது. சந்திரன் வீட்டு மூக்கில் உள்ள டீ கடையில் நிறுத்தி ஒரு சிகரெட்டே பற்ற வைத்தான். கொஞ்சம் அந்த கசப்பான குமட்டல் அடங்கியது போல் இருந்தது.

‘ ஒரு வருஷம் ஆச்சு அறிவு. உனக்கு இன்னும் வேல ஏதும் இல்ல. அப்பா கிட்ட நா என்னனு சொல்ல. அவருக்கு முதல்லயே உன்ன சுத்தமா புடிக்கல. இப்போ மாப்பிள வேற வந்து பாத்துட்டு போய்ட்டாரு.’

சாதி தான். அவள் அப்பனுக்கு அவனை புடிக்காமல் போன காரணம். வேலை எல்லாம் சாக்கு தான். அப்பன் மனம் கோணக்கூடாது என்று அவளும் சாதிக்கு உட்பட்டு கல்யாணம் செஞ்சிகிட்டு போய்ட்டா.

அவள் வீட்டிற்கு சென்று பேசியப்போ ‘நம்ம ஆளுங்களா இருந்தா கூட பரவால்ல மா, ஆனா’ என்று அவர் இழுத்தது சந்திரனுக்கு அன்று

கடும் ஆத்திரத்தை அளித்தது.

'இவள விடுடா மச்சான். பெரிய முற்போக்கு மயிருங்க மாறி வாயிலதான் பேசுவாங்க. குடும்பம்ங்கற கட்டமைப்புல அன்பெல்லாம் வன்முறையின் கருவி தான்டா னு ஏதோ வாசிச்ச நூலெல்லாம் மேற்கோள் காட்டி பேசினான். அவன் எப்போமே அப்படி தான் பேசுவான். ஆனா அறிவாலதான் பல வருஷமாகியும் வெளிய வர முடியல. ஒரு கட்டத்துல காதல் என்றால் என்ன வென்றே மறந்துவிட்டான் என்று தோன்றியது. மறுபடியும் காதல் குடும்பமானா வன்முறை தான ஆகாபோகுது. சிகரெட்டே மீறிய ஒரு சிரிப்பு வாய் முழுவதும் பரவியது.

தம்மை கீழே போட்டு விட்டு ஒரு டீ சொன்னான். சந்திரன் ரெண்டு நிமிசத்துல வர்றேன்னு போன் பண்ணி சொன்னான். பாய்லர் அருகில் புதுசாக ஒரு அண்ணன் டீ ஆத்தி கொண்டிருந்தார். நல்ல பருமனான உடல். இரு காதுகளிலும் யானையை போல் நீண்ட பிடரி மயிர். காட்டில் உலா போகும் வேழத்தை போல் கையை கம்பீரமாக தூக்கி டீ ஆத்தி கொண்டிருந்தார். ' என்ன மக்கா அப்புடி நோக்க. நம்ம அண்ணன் தான். ஊர்லேந்து நேத்து தான் வரவெச்சுது. இங்க மொளு கர்ப்பத்துக்கு போயிருக்க கெட்டியா. சாய் குடிகொ' என்று நாயர் சேட்டன் சிரித்து கொண்டே சொன்னார். பிறந்ததில் இருந்து அவர் அவனுக்கு பழக்கம். அவர் மனைவி புற்றுநோயினால் அவதி பட்டு இறந்து ஐந்து ஆண்டுகள் ஆகிவிட்டன. ஒரே ஒரு மகள். அவள் கணவன் சவுதியில் ஓட்டுநர் ஆக இருக்கிறார் என்று எப்பொழுதோ சொன்னது போல் அறிவுக்கு ஞாபகம். கொரோனா தீவிரத்தின் உச்சத்தில் வந்த பொழுது இந்த கர்ப்பம் ஏற்பட்டிருக்கலாம் என்று ஊகித்தான்.

இந்த பாழா போன கொரோனாவினால் தான் அவனுக்கு வேலையும் தள்ளிப்போயிற்று. மீனாவும் கைவிட்டு போய்விட்டாள்.

'மச்சான் இல்லேன்னாலும் அவ போயிருப்பா டா. சாதி தான் னு சொல்றேனே' என்று சந்திரன் சாதிதான். ஆனாலும் வேலை இருந்திருந்தால் அவன் பக்கம் வலுவாக இருந்திருக்கும் என்று தான் அறிவுக்கு தோன்றியது. சந்திரன் சொல்வது உண்மையாக இருந்தால் அது அவனை உடைத்திருக்கும். அதற்கு வேல இல்லாதது தான் காரணம் என்று சொல்லி மனசுக்கு ஆறுதல் தேற்றுவதே பரவாயில்லை என்று தோன்றியது. இப்படி எத்தனையோ முறை ஒரு பொய்யால் பல காயங்களை மனிதர்கள் ஆற்றுவதில்லையா.

அறிவு மறுபடியும் வேழத்தை போல் காட்சி அளித்த அண்ணனை பார்த்தான். ஒரு நாளைக்கு எவ்ளோ டீ போடுவார் என்று மனதில் சிறிய ஒரு கணக்கு போட்டான். ஒரு ஐநூரு க்ளாஸ் ஆச்சு இருக்கும். ரெண்டு ஆத்து, கொஞ்சம் சீனி, ஒரு சாயா. இதை போல் எத்தனை வாழ்வுகள் இந்த விரிந்த உலகில். ஏன் , இன்னும் சில நாட்களில் அவனுக்கும் அதே வாழ்வு தான். அப்பொய்ன்ட்மென்ட் ஆர்டர் வந்து ஒரு வாரம் ஆச்சு. ரெண்டு கையெழுத்து, கொஞ்சம் கணக்கு , ஒரு பைல் நிறைவு. அவ்ளோ தான் வேறுபாடு. உண்மையில் வாழ்வில் சுகம் அனைவரையும் விட வேறுபட்டு வாழ்வதில் இல்லை. சொல்ல போனால், அப்படி ஒரு வாழ்வே இங்கு எங்கும் இல்லை. அது ஒரு வித சமுதாய சலுகைகள் அளிக்கும் உளவியல் தேடல். ஒரு போலியான உலக புரிதல். மானாக இருப்பது புடிக்காமல் மீனாக மாற முயன்றால், அங்கு பல மீன்கள் கடலில். இதில் கால்கள் போகும் வரை காலச்-சக்கரத்தை நகர்த்தி கொண்டு செல்ல வேண்டியதுதான். இந்த சராசரி வாழ்வில் நமக்கென்று ஒரு இடம் தேட வேண்டும்.

முன்பெல்லாம் இந்த உணர்வு அவனுக்கு ஒரு வித வெறுமையை அளிக்கும். ஒரு ஆழ்மன அழுத்தத்தையும் துயரத்தையும். அப்பொழு-தெல்லாம் அவன் கவிதை எழுதுவான். சொல்லப்போனால் அவன் எழு-திய பெரும்பாலான கவிதைகள் இங்கு தற்கொலையை தடுக்கும் ஒரு முயற்சி தான். ஆனால் இப்பொழுதோ பஞ்சத்தில் வற்றிய கிணறு போல் கவிதைகள் எழுதும் ஆற்றல் அவனை விட்டு வெகு தூரம் சென்று விட்டது போல் இருந்தது. அதற்கு பதில் வெறும் கண்ணீர் தான் இங்கு மாற்றுமருந்து. ஆனா ஒன்னு, இரண்டிற்குமே இங்கு வாடிக்கையாளர்-கள் இல்லை. கவிதை இருந்தவரை அவனுக்குள் ஒரு மனிதன் இருந்-தாக உணர்தான். இப்பொழுது அது சற்று சந்தேகம் தான்.

அவன் கவிதை எழுதும் பொழுதெல்லாம் அதை சந்திரனுக்கும் மீனாவுக்கு அனுப்புவான். மீனாவுக்கு கவிதைகளில் பெரிய ஈர்ப்பு இல்லை. ‘சூப்பர் டா’ என்று சொல்லி இங்கிதத்துடன் முடித்து கொள்-வாள்.

சந்திரன் ‘ ஞானக்கூத்தன் மாறி எழுதுறப்போ சொல்லி அனுப்பு. வந்து படிக்கிறேன்.’ என்று ஏளனம் செய்வான். பெரிய கவியாக வேண்-டும் என்று பள்ளி காலத்தில் அறிவு முற்பட்டிருக்கிறான். ஆனால் அதற்கு உண்டான ஆற்றல் அவனிடம் இல்லையோ என்று இன்றளவும்

தோன்றிக்கொண்டு தான் இருக்கிறது.

டொக்! இரண்டு ஆத்து , கொஞ்சம் சீனி, ஒரு சாயா. பெருத்த சேட்டன் அவர் பணியில் தெளிவாகவே இருந்தார். ஒரு இயந்திரம் போல்.

சந்திரன் படி இறங்கி கீழே வந்தான். ' சாரி டா மச்சான். வா போகலாம்.' என்று சொல்லி வண்டியை கிளப்ப சொன்னான்.

'வரேன் சேட்டா' என்று சொல்லி விட்டு அவன் வண்டியை கிளப்பினான்.

'சேரி தம்பி. சாயா சுகமோ' என்று சிரித்து கொண்டே அவர் கேட்ட கேள்விக்கு அவன் பதிலுக்கு ஒரு புன்முறுவல் செய்தான். மனதில் அவரின் புன்னகைவய பட்ட கண்கள் ஒரு உவகையை எழுப்பியது. டவுன் பஸ்ஸில் வரும் இளையராஜா பாடல் போல்.

' பாவம் சேட்டன். ஊரில் ஓய்வு எடுக்க வேண்டிய வயசு, என்ன பண்ண. எல்லாம் முதலாளித்துவ சமூகத்தோட சாபம் டா மச்சான்' என்று சந்திரன் சலித்து கொண்டான், என் தோல் மீது சாய்ந்து கொண்டு. வழக்கம் போல் அவனுக்கு புரியாத பேச்சை வீச தயாராகிக்கொண்டு.

' அதுக்கு என்ன செய்ய மச்சான். சோறு திங்கணுமே. அதுக்கு வேலை வேண்டி இருக்கே.' என்று அறிவு பதில் சொன்னான்.

' கவலை படாத மக்கா. இங்கு முதலாளித்துவம் விழுந்ததும் சொர்க்கம் தான் நமக்கு. மார்க்ஸ் லெனின் எல்லாமே அத தான் சொலருக்காங்க. நீ கூட நிம்மதியா கவிதை எழுதலாம் டா '

' ஏதோ சொல்ற. பாப்போம். அது எப்போ நடக்குமோ. அது வரைக்கும் நம்ம பொம்மைங்க தான் லே ' என்று சிரித்துக்கொண்டே சொல்லி விட்டு சாலையில் அவன் பார்வையை திருப்பினான்.

ஒரு நிமிடம் இவன் சொன்னதை மனதில் அசை போட்டான்.

வேழம் போல் இருந்த சேட்டனின் சிரிப்பு கண்முன் வந்து போனது.

ஐநூறு சாயா போடும் இயந்திர வாழ்வில் ' சாயா சுகமோ' என்ற அந்த ஒரு வரியும் அதற்கு அவன் செய்த புன்முறுவலுக்கும் உள்ள முக்கியத்துவம் என்னவென்று யோசித்தான். சந்திரன் கூறும் முதலாளித்துவ வாழ்வில் கிடைக்கும் சிறு சலுகைகள்.

' எப்போ டா வேலைல சேரனும்' என்று சந்திரன் கேட்டான், அவன் அக எண்ணங்களை உடைக்கும் கனத்த குரலில்.

'ம்ம்ம்... அடுத்த வாரம் டா' என்று பதில் சொன்னான் அறிவு.

லேசாக மழை தூறல் பிடிப்பது போல் இருந்தது. சட்டென்று ஒரு கவிதை அவன் மனதில் தோன்றியது.

'முதலாளித்துவம் விழுமா, இங்கு நான் நிம்மதியாக கவிதை எழு-துவேனா, என்றெல்லாம் எனக்கு யோசிக்க அறிவு இல்லை. அனால் இன்று, இந்த அழுத்தத்திலும் நான் கவிதை எழுதுவேன். இது தான் என் சிறிய புரட்சி.'

4

இறைவன் மனிதன் சாத்தான்

வெகு நாட்களாக மூடிவைத்த பிளாஸ்டிக் பாட்டில் போல் ஒரு நாற்றம் என் அறையெங்கும் பரவி இருந்தது. ஒரு சிறு கோப்பை தேநீருடன் நான் உள் நுழைந்தேன்- பித்தம் தலைக்கேறி குமட்டுவது போல் உணர்ந்தேன்.

வலதுமுனையில் உள்ள ஜன்னலை திறந்தவுடன் ஒருவாறு சமமாக உணர்ந்தேன். சுரீலென்று சூரியனின் ஒளி கம்பிகளற்ற அந்த சாளரத்தின் வழிவந்து என் முகமெங்கும் சீண்டியது. வழியும் வேர்வையை துடைத்து கொண்டு நான் வேடிக்கை பார்க்க தொடங்கினேன். தெருவில் ஊதாநிற சைக்கிளில் ஒரு இளம் பெண் போய்க்கொண்டிருந்தாள். அவள் தலையில் கிரீடத்தைப்போல் ஒரு செவிப்பொறி இயந்திரம். அவள் எண்ணப்பாடல் கேட்டுக்கொண்டிருக்கிறாள் என்று அவள் தலையசைவில் இருந்து ஊகிக்க முற்பட்டேன்.

இளையராஜா வாக இருக்கலாம்

அல்லது ஏதோ வடமொழி பாடல்.

இக்காலத்து இளைஞர்கள் ஆங்கிலம் மற்றும் கொரியன் பாடல்கள் தான் விரும்புகிறார்கள்.

தர்க்கம் இழந்த மடையன் போல் அவள் என்னை தலைதூக்கி பார்க்கவேண்டும் என்று ப்ரார்தித்துக்கொண்டேன்.

'பார்த்தால் அவளை கண்கலங்காமல் காப்பாற்றுவேன் முருகா. என்னை பார், என்னை பார்,' என்று முணுமுணுத்து கொண்டேன்.

ஆனால் அவள் எவ்வித உள்ளுணர்வும் உணராமல் நீண்ட அந்த சாலையில் போய்விட்டாள். நான் சற்று சலித்து ஆறிப்போன என் டீயை குடித்தேன். வாழ்வெல்லாம் எத்தனை நிகழா கதைகள்.

மின்விசிறியின் பழையஓசையன்றி அவ்வறையில் எந்த சத்தமும் இல்லை. அந்த மதியம் வழக்கத்தை விட மௌனமாக இருந்தது-அடக்கிவிடும் குசு கூட சத்தமாக ஒலிப்பது போல் இருந்தது.

கொஞ்சம் நேரத்துக்கெல்லாம் என் மூக்கொழுக தொடங்கியது. டீயில் இருந்த இஞ்சியின் வேலையாக இருக்கலாம். தோளை உயர்த்தி மங்கிப்போன என் பழுப்பு நிற சட்டையில் நான் மூக்கை துடைத்து கொண்டேன். பச்சை நிற சளி. உலர்ந்து கட்டியாக இருந்தது.

அங்கு நான் மட்டும் தான் இருந்தேன். மூக்கு துடைக்க துண்டு-தேவையில்லை. குசுவை அடக்கும் நிபந்தனைகள் இல்லை. இந்த நிர்-வாணம் எனக்கு பிடித்திருந்தது. இந்நிர்வானத்தை தான் நான் என் காதலில் தேடினேன். என்னை மறுத்துக்கொண்டு வாழும் நாகரீகத்தில் எனக்கு நாட்டம் இல்லை. ஆனால் நாகத்தை போல் எத்தனை தோல்-களை உரித்தாலும் நாம் நம்மிடமே மறைக்கும் உண்மைகள் இங்கு பல உள்ளன.

என் தனிமையின் தவிப்பை பொறுக்க நான் என் கையில் வந்த-மர்ந்த கொசுவை பார்த்துக்கொண்டிருந்தேன். சிறிய கரிய நிற உடல். என் ஒரு அசைவே அதன் வாழ்வில் ஒரு புயல் போன்ற அசம்பாவி-தத்தை நிகழ்த்தும். மெதுவாக அது என் ரத்தத்தை உறிஞ்ச தொடங்கி-யது.

அரசு ஆஸ்பத்திரியில் அன்று அந்த நர்ஸும் இதையே தான் செஞ்சாள்.

அஞ்சலி. சுருக்கென்று ஊசி குத்துவது போல் ஒரு உணர்வு.

'அது அப்படி தான் சார் இருக்கும். ஒரே நிமிஷம் தான்,' பழக்கப்ப-டுத்திய கனிவான குரல். காதோரம் சிறு கவரிங் கம்மல் அசைந்தாடியது.

என் கையை பிடித்து ரத்தக்கொதிப்பு அளந்தாள். மாசற்ற சருமம். என் முன்கை மயிர் சிலிர்த்தது. ஆறு மாத காலத்துக்கு நாங்கள் எல்லா வாரமும் உடல் உறவு கொண்டோம். ஒரு ஒரு தரகங்களாக களைத்து எங்களுக்கு பிடித்தது போல் சேர்த்தோம்.

வீட்டில் மாதவி தினமும் புலம்பி அழுவாள். அவள் முகத்தை பார்க்கவே எனக்கு அருவருப்பாக இருக்கும்.

'சும்மா இரு டி நாயே. நான் அப்படி தான் குடிப்பேன். கூத்தியா வேசிப்பேன்'

'என்ன கொன்னுடு டா பாவி. என்னையும் உன் சின்னபையனையும் கழுத்தறுத்து போட்டுட்டு. அவ கூட சந்தோசமா இரு.'

நான் அவள் கன்னம் சிவக்க ஒரு அரைவிட்டுவிட்டு போவேன் அஞ்சலியை காண.

எங்கள் வீட்டை தவிர எல்லா சொத்தும் கொஞ்சம் கொஞ்சமாக கரைந்துவிட்டது. அவ்வளவும் குடி.

பொறுமையாக ரசித்து அந்த கொசு என் ரத்தத்தை உறிந்தது. நான் கூட இப்படி மது அருந்தியதில்லை. நான் செய்த பாவத்துக்கான சாபம் என்றெண்ணி நான் அதை தொடவே இல்லை. அவ்வெடம் புளித்து-போய் அது மறுகைக்கு தாவியபோதும் நான் அப்படியே உணர்வற்று உக்கார்ந்திருந்தேன். முழங்கை எங்கும் மஞ்சள் பூத்திருந்தது.

'உங்க கல் ஈரலுக்கு சோகமில்ல. டாக்டர் ஒன்னும் பண்ண முடியாது என்று சொல்லிட்டாரு,' அஞ்சலி என் சொட்டைத்தலையை கோதியபடி பேசினாள். அவள் குரலில் எந்த உணர்வும் இல்லை.

'வேற ஆஸ்பத்திரிக்கு போகவா.'

'ட்ரை பண்லாம். ஆனா,' ஒரு மௌனம் பரவியது.

அப்பொழுது மாதவி என்னை விட்டு போய் இரு மாதம் ஆகியி-ருந்தது.

'இங்கிருந்தால் நான் தூக்குபோட்டுக்கொள்வேன். அல்ல உன்தலை-யில் கல்லை போட்டு கொல்வேன். இவ்விரண்டாலும் என் மகனின் எதிர்காலம் பாதிக்கும்,' என்று ஒரு கடுதாசி எழுதி வைத்து விட்டு போயிருந்தாள்.

நான் அவளை தேட முழற்சிக்கவில்லை.

'போகட்டும் கழுத,' என்று நிம்மதியாக இருந்தேன்.

சற்று நேரத்தில் அந்த கொசு அதன் பசியை மீறி ரத்தம் குடித்து விட்டு மலைப்பாம்பை போல் என் கையில் கிடந்தது. இன்னும் கொஞ்ச நேரம் பொறுத்தால் வயிறுவெடித்து இறந்துவிடும் போல் தோன்றியது. அதன் முடிவை அதுவே தேடிக்கட்டும் என்று நான் அதை பொருட்-பதுத்தாமல் இருந்தேன். நான் சலித்துக்கொண்டு அந்த நோட்டீசை

எடுத்து படித்தேன். மாதவி அனுப்பியிருந்த விவாகரத்து பத்திரம். கைஒப்பிடு போட்டுவிட்டால் அத்துடன் அந்த சகாப்தம் நிறைவடையும்.

'எங்க வீட்ல பய்யன் பாத்துட்டாங்க. அரசாங்க வேல. நல்ல சம்பளம். உங்களுக்கு நொய் இல்லேன்னா நா பேசிறப்பேன்,' அஞ்சலி மெலிந்த குரலில் பேசினாள். அன்று நாங்கள் உடலுறவு கொள்ளவில்லை. அது ஒரு சிறிய தேனீர்விடுதி. இன்னும் ஒரு டேபிளை தவிர காலியாக இருந்தது. அங்கேயும் ஒரு இளம் ஜோடி கொஞ்சிக்கொண்டிருந்தார்கள்.

'ம்ம்,' என்று நான் தலைமட்டும் தான் அசைத்தேன். வார்த்தைகள் வற்றி போன ஒரு மௌனம். பழுப்பு நிற சேலையில் அவள் அழகாக இருந்தாள். எடுப்பான இடை. சிறிய உதடு, நீண்ட கரிய நிற கூந்தல்.

வளைந்து தடித்த அவள் பின்புறம் அசைந்தாடி என்வாழ்வை விட்டு வெளியே செல்வதே நான் தினமும் என் கனவில் பார்ப்பதுண்டு. சாளரத்தில் எறும்புகள் நடந்து செல்வதை பார்த்தேன். கம்பிமுனையில் ஒன்றின் பின் ஒன்றான ஒரு அழகிய வரிசை. எதிரில் வரும் எறும்புடன் அவர்கள் ஒரு நிமிடம் தலைதொட்டு கொண்டு போனார்கள். ஏதோ தொலைந்த நண்பனை தழுவி அணைப்பதுபோல். சூரியன் வடிந்து வெக்கை மங்கும் வரை நான் அதையே பார்த்துக்கொண்டிருந்தேன்.

டேபிள் மேல் இருந்த பேனாவை எடுத்து அந்த விவாகரத்து பாத்திரத்தை திறந்தேன். இளைப்பாறலுக்கு பின் புத்துணர்ச்சி கொண்டு அந்த கொசு அந்த பழுப்பு நிற தாளில் பறந்து நிலைகொள்ளாமல் என் கையில் மறுபடியும் அமர்ந்தது. நான் கையெழுத்து போட்டுவிட்டு என் பெயரை மறுமுறை பார்த்தேன். சுருக்கென்று ஊசி குத்துவது போல் கொசு தன வேலையே தொடங்கியது. பளார் என்று ஒரு சத்தம் எழுந்தது. என் முன்கை சற்று சிவந்திருந்தது. அங்கொடிய பச்சை நிரம்பின அடியில் அந்த கொசு உடல் பிளந்து இறந்து கிடந்தது. என் சருமம் எங்கும் ரத்தம்- என்னுடைய ரத்தம். ஒரு சிறிய குரூரமான சிரிப்பு என்னை தொட்டு விலகியது. இரவெல்லாம் அந்த சாளரத்தில் நடந்து கொண்டிருந்த ஒவ்வொரு எறும்பாக அள்ளி எடுத்து நசுக்கிக்கொண்டிருந்தேன்.

5

எலுமிச்சை தோட்டம்

அதிகாலையின் இளம் வெயில் அவளை நிலைகுலைந்து ஏழைசெய்தது.

'ம்ம்,' என்று முனகி கொண்டு அவள் கண்களை திறக்க முற்பட்டாள். தாளிட்டது போல் இமைக்கள் இறுகப்பிடித்து கொண்டு திறக்க மறுத்தன.

மலையை குடையும் சாலையை போல் சூரிய கதிர் அவள் இமைகளை துளைத்து கொண்டு உள்சென்றது. சற்றுநேரம் எங்கிருந்தாள் என்ற உணர்வேயன்றி படுத்திருந்தாள்.

'நான் யார்'

'இது வாழ்விற்கும் மரணத்திற்கும் இடையேயுள்ள வாசலா.'

தூக்கம் தெளிந்த பின்பு அவள் சுற்றுமுற்றும் பார்த்தாள். அவ்விடம் எங்கென்று அவளுக்கு சட்டென்று விளங்கவில்லை. கண்களை முஷ்டியால் துடைத்து கொண்டு இன்னொரு முறை முயற்சித்தாள். அவ்விடம் அவளுக்கு அந்நியமான ஒரு நிலம்.

சட்டென்று மூச்சிரைக்க எழுந்தமர்ந்தாள். கண்களை அழுத்தமாக துடைத்து ஒவ்வொரு திசையாக பார்த்தாள். அந்த பிரிட்டிஷ் கட்டிடத்தின் சுவர்கள் இப்பொழுது செந்நிற மண்ணாக மாறியிருந்தது. அவள் உடலில் ஒட்டுத்துணியன்றி நிர்வாணமாக இருந்தாள். சருமம் எங்கும் செம்மண் புழுதி படிந்திருந்தது. தாமஸ் மானின் நாவல், காப்பகத்தின் கட்டில், பழுப்பு நிற செவிர் என்று அவள் பழகிய ஏதும் இல்லை. சுற்றிலும் அவள் தலைக்கு மேல் வளைந்து நின்ற எலுமிச்சை மரங்கள். இருவது அடிக்கு மேல் வளர்ந்த மெலிந்த மரத்துண்டு. கிளை எங்கும்

பச்சை நிற எலுமிச்சை இலைகள். எந்த மரத்திலும் எலுமிச்சை பழம் தென்படவில்லை. ஆனால் அக்காடெங்கும் எலுமிச்சை வாசம் வீசியது. அதன் ரசாயன நாற்றத்தின் கவர்ச்சி அவளை வசீகரித்தது- அவள் ஊர் பெண்களின் தலைமயிர் வாசம்.

எலுமிச்சை பழுக்க நான்கைந்து வருடம் பிடிக்கும் என்று அவள் அறிந்திருந்தாள். ஆனால் எப்படி இங்கு ஒரு பழம் கூட காய்க்க வில்லை என்று அவளுக்கு வியப்பாக இருந்தது. சட்டென்று சாட்டை-யால் அடித்தது போல் அவள் எண்ணஓட்டத்தின் திசை மாறியது. உடல் சில்லிட்டு சிலிர்க்க அவள் சத்தமாக எச்சில் முழுங்கி விம்மினாள். உயிர்த்தெழுந்து சிசுவைபோல் ஒரு பதற்றம் நிலவியது.

'நான் எப்படி இங்கு வந்தேன்.'

'இங்கிருந்த காப்பகம் எங்கே.'

ஆதரவற்ற அக்காட்டில் அவள் ஒரு இரையை போல் உணர்ந்தாள். உடலில் துணியும் இல்லை. இது என்ன மர்மம்.

'காப்பாத்துங்க,' என்று கதற வாயெடுத்தாள், ஆனால் சுற்றிலும் எவரும் தென்படவில்லை.

பெருமூச்சிட்டு அவள் கடந்து இரவின் நிகழ்வுகளை நினைவுகூர தொடங்கினாள்.

மாஜிக் மௌண்டைன் நாவலின் ஆறு பக்கம் படித்தோம். காலம் குறித்து ஒரு ஆழ்ந்த உரையாடல் அக்கதையில் நிகழ்ந்து கொண்டிருந்-தது. மனம் ஊசலாடிக்கொண்டிருந்ததால் அவள் அதை தொடரவில்லை. சில நூல்கள் நம் முழு கவனத்தையும் கோருகின்றன. அதை போல் ஒரு புத்தகம் தான் அது. போகிற போக்கில் வாசிக்க இயலாது.

அதன் பின்பு சற்று நேரம் அறையின் சாளரம் வழியாக மழையை வேடிக்கை பார்த்து கொண்டிருந்தாள். ஆம், அங்கு மழைக்காலம். இந்த தோப்பை போல் வெயில் அல்ல.

இரவு எட்டுமணியளவில் காயத்ரி சிஸ்டர் வந்திருந்தாள். அதே பழக்கப்படுத்திய புன்னகை. நொடிக்கு நாலு முறை சிமிட்டும் சிறு கண்-கள்.

'சீக்கிரம் சாப்பிட்டு உறங்கணும்,' என்று மெலிந்த குரலில் திடமாக சொன்னாள். ஏதோ பள்ளி மனைவியை அதட்டும் டீச்சரை போல்.

அவள் சிரித்து தலை அசைத்தாள். அவள் போன பிறகு உணவு. அதே கடினமான ரொட்டி தூண்டும் காய்கறி கூட்டும். பின்பு ஒரு

வித கிளர்ச்சியில் அவள் யோனியை விரலால் வருடி கொண்டிருந்தாள். சற்று நேரத்தில் சோர்வு தலைக்கேற்றி தூங்கியதாக நினைவு.

கடந்த இரண்டாண்டுகளாக அவள் இதை தான் பண்ணிக்கொண்டிருக்கிறாள். அதே பழுப்பு நிற அரை, அதே காயத்ரி நர்ஸ், அதே ரொட்டியும் கூட்டும். எப்பொழுதும் மறுநாள் காலை ஆறு மணி அளவில் அதே படுக்கையில் எழுவாள்- அதே பழுப்பு நிறைசெவிரும் இரும்பு கட்டிலும். இத்தகைய சம்பவம் நிகழ வாய்ப்பே இல்லை. அவள் ஆழமான உறக்கம் கொண்டவள் அல்ல. சிறு அசைவும் அவளை உசுப்பும். பின்பு இரவெங்கும் நிலவொளியை வேடிக்கை பார்த்தபடி படுத்திருப்பாள். அப்படி இருக்கையில் உணர்வே இல்லாமல் இக்காட்டில் அவள் கடப்பதற்கு வேறு ஏதோ ஆழமான காரணம் இருக்க வேண்டும்.

'ஒரு வேளை இந்த ஆஸ்பத்திரி ஏதோ உறுப்பு திருட்டில் ஈடுபட்டிருக்குமோ.'

'இல்லை பெண்களை வேற எதுக்காவது...' அந்த சிந்தனை அவளை கூசச்செய்தது. சிலிர்த்து தலையசைத்தாள்.

'இல்லை எனக்கு ஓடற வண்டில தூக்கம் வராது. பித்தம் குமட்டும். பஸ்லயே நான் புளிப்பு மிட்டாய் வெச்சிப்பேன்,' என்று யோசித்தாள்.

'ஏதாச்சு போதை மருந்தை குடுத்து... இந்த படத்துலலாம் இருக்கா மாறி எஸ்பிரிமெண்ட்'

'அல்ல காட்டிலேந்து ஏதாச்சு வன மிருகமோ பிசாசோ,'

திசையற்ற போக்குகளில் சிந்தனை சிதறியோடியது.

ஆனால் அதில் பல சாத்தியக்கூறுகள் இருந்தது. ஆறு மாதத்திற்கு முன் அந்த காப்பகத்தை ஒட்டிய காட்டில் அவள் ஒரு மோகினியை பார்த்திருந்தாள். காட்டில் புலி உலவுகிறது என்ற செய்தி கேட்டு ஆருவமாக இரவில் காட்டிற்குள் பதுங்கி போயிருந்தாள். அவள் இதயம் விரைந்து துடிக்கும் சத்தம் அக்காட்டின் ஒலிகளுடன் சேர்ந்து ஒலித்தது.

'வேணாம் மோளே. திரும்ப புவாம்,' என்று அவள் உள்ளுணர்வு உருத்திக்கொண்டிருந்தது. பின்னால் திரும்பி காப்பகம் தென்படுகிறதா என்று பார்த்து கொண்டே போனாள். அது அவளுக்கு ஆறுதலாக இருந்தது. காட்டின் வசீகரம் அவளை உள் இழுத்து கொண்டே போனது. சிறிய கொடிகள், பூச்சிகள், நீண்ட மரங்கள், வனமிருகத்தின் உறுமல், சதுப்பின் வாசம் என்று காடு ஒரு தனி உலகம்.

ஒரு வளைவில் சட்டென்று திரும்பிய பொழுது காப்பகம் இருளில் மறைந்து விட்டது.

அவள் திரும்பி வந்த திசையில் நடக்க முயன்றாள் ஆனால் காட்டில் எல்லா திசையும் ஒன்று போல் தான் தோன்றியது. வேர்வை வழிந்தோட அவள் இதயம் வலுவாக துடிக்க தொடங்கியது. அப்பொழுது தான் அவள் அதை பார்த்தாள். வெண்ணிற உருவில் கரிய நீண்ட கூந்தல் கொண்ட மோகினி. வட்டமான முகம். அதில் இன்னொரு முகம் போல் ஒரு சிவந்த போட்டு. பழுப்பு கடந்த கரிய நிறம். நீலமும் வெண்மையும் பாய்ந்த கண்கள்.

‘இங்க வா. நான் கூட்டிட்டு போறேன். இப்டி வரக்கூடாது குட்டி,’ என்று அன்பான குரல். காந்தம் போல் ஈர்ப்பு அக்குரலில். அவள் அதை நோக்கி நடந்த பொழுது அது வேறு திசையில் இருந்து உரக்க சிரித்தது. அழகிய சிரிப்பு. நதியின் ஓட்டம் போல் சீராக. அவள் விரைந்து அது போன திசையெல்லாம் ஓட தொடங்கினாள். ஆனால் அவளால் அதை பிடிக்கவே முடியவில்லை. ஒரு வளைவில் அவள் தங்கியிருந்த காப்பகம் தென்பட்டது. அதே பழைய பிரிட்டிஷ் கட்டிடம். வலுவான கருங்கல் செவிர். விடுதலை செய்யப்பட்ட கைதியை போல் அவள் அறையை நோக்கி அவள் ஓடினாள். காலையில் அந்த நிகழ்வே அவள் நினைவில் இல்லை. ஆனால் அந்த மோகினியின் சிரிப்பு மட்டும் அவள் அகத்திலிருந்து விலகவே இல்லை. அந்த சிரிப்பு விரைவில் ஒரு ஒட்டுண்ணியை போல் அவள் முகத்தில் ஒட்டிக்கொண்டது. நதியோட்டத்தை போல் சீரான சிரிப்பு. பேயடைந்த முகபாவனை. அஞ்சிபோன காயத்ரி அவள் அச்சனை அழைத்திருந்தாள்.

‘வேகம் வரணும். விளிச்சது ஞான தான். ஆனா குட்டிக்கு சுகம் இல்லை.’

அடுத்த நாள் காலையில் அவருடன் கேரளத்திலிருந்து ஒரு மாந்த்ரீகனும் வந்தான். ஒரு பிடி மயிரை வெட்டி கொண்டு போனார்கள். அந்த சிரிப்பு அதன் பிறகு தான் அடங்கியது.

சற்று நேரம் அங்கேயே உக்கார்ந்து அவள் நிலையை குறித்து யோசித்த பின்பு அவளுக்கு பசிக்க தொடங்கியது. சுற்றிலும் வெறும் எலுமிச்சை மரங்கள் தான் இருந்தன. வேறு வழியின்றி ஒரு மரத்திலிருந்து இலைகளை பறித்து உண்டாள். அதன் கனத்த புளிப்பு அவளுக்கு எரிச்சலூட்டியது. சற்று தூரத்தில் மாநிற எலுமிச்சை பழங்கள் ஆடி-

யது போல் தோன்றியது. அங்கேயே அமர்ந்திருந்தால் எதுவும் நடக்காது என்று முடிவு செய்து அதை நோக்கி நடந்தாள். அவள் சிறிய மார்புகள் அவள் நடக்கையில் நடனம் ஆடின. ஏதோ ஒரு சுமைபோல் அதை அவள் உணர்ந்தாள். அவள் உள் வளரும் புற்றுநோயை போல் தான் அந்த மார்பகங்களும் அவளுக்கு பிறப்பில் அளிக்கப்பட்ட நொய். அதில் இருந்து அவளுக்கு விடுதலையே இல்லையா என்று யோசித்தாள். பசி அடிவயிற்றை பிடித்து பாற்கடலை போல் கடைந்து. தொலைவில் ஓரிரு மரங்களில் பழம் காய்த்திருந்தன. பெருமுச்சிட்டு அவள் பழம் உண்டாள். அதே புளிப்பு ஆனால் சற்று ருசியாக இருந்தது. அதன் ரசம் உதடெங்கும் வழிந்தோட அவள் ஒன்றின்பின் ஒன்றாக உண்டுகொண்டே இருந்தாள்.

அதன் பின் அந்த மரத்தின் நிழலில் விழுந்து உறங்கினாள். தூக்கம் சுயற்றிக்கொண்டு வந்தது. அந்நொடியில் அவளுக்கு அந்த ருசியும் உறக்கமும் மட்டும் பொதியிருந்தன. சிறு முனகலுடன் அவள் நிறைவுணர்ந்து உறங்கினாள்.

‘ நீ வீட்டுக்கே வந்துரு மோளே.’

‘ நாங்க உன்ன பாத்துக்குறோம்.’

அச்சன் அம்மையின் குரல் அவள் கனவில் ஒலித்தது. அவள் ஒரு புற்றுநோயாளி. நோய் எல்லையை கடந்திருந்தது. அவள் உயிர் என்று வேணாலும் பிரியக்கூடும். கடைசீயாக வேறு மருந்துகள் பயனின்றி இந்த ஆயுர்வேத சாலைக்கு வந்திருந்தார்கள். இதிலும் மரணம் நிச்சயம் தான், ஆனாலும் முயற்சித்த நிறைவு அவள் பெற்றோருக்கு இருக்கட்டும் என்று அவள் சம்மதித்திருந்தாள்.

எத்தனை நேரம் தூங்கி இருந்தாள் என்று அவளுக்கு தெரியவில்லை. அந்த காட்டில் சூரியனும் இல்லை இருளும் இல்லை. வெண்ணிற போர்வைபோல் வானம் மூடியிருந்தது. சலித்து அவள் மறுபடியும் எழுந்து நடக்க தொடங்கினாள். கொஞ்சம் காலத்தில் அவளுக்கு அக்காட்டின் விதிகள் புரிந்து விட்டது. அங்கு இரவில்லை பகளில்லை. சூரியனில்லை சந்திரனில்லை. காடெங்கும் எலுமிச்சை மரங்கள். ஊடுருவ ஊடுருவ அடர்த்தியான மரங்கள். பெரிய பெரிய இலைகளும் பழங்களும். காலம் அங்கு சுழர்கிறதா என்று சந்தேகமாக இருந்தது. காலமில்லை என்றால் அவளுக்கு மரணமும் இல்லையா என்கிற எண்ணம் எழுந்தது.

பழக்கப்பட்ட டேப் ரெக்கார்டர் போல் அவள் வாழ்வு கடந்தது. காலையில் மூன்று பழங்கள். மதியம் மூன்று. இரவில் இரண்டு. காலையும் இரவும் அன்றபோதும் பசிக்கும் நேரத்தை அவள் அப்படி குறித்து கொண்டாள். பின்பு நேரம் அறியாத நிம்மதியான உறக்கம். அவ்வுரக்கதை வரவழைக்க பகலெல்லாம் நடந்தாள். காடு ஏதோ ஒரு ஓவியத்தை போல் ஒரே காட்சியை திரும்ப திரும்ப அவளுக்கு தந்தது. அதே எலுமிச்சை வாசம், அதே மாநிற பழங்கள்.

ரேடியோ ஸ்டேஷனில் அவள் பணிபுரிந்த காலங்களை நினைவு கூர்ந்தாள். பல வருடத்துக்கு முன் அவன் கூப்பிட்டிருந்தான். மாலிக். ஆழமான குரல். ஒரு பழைய ஜேசுதாஸ் பாட்டு வேணும் என்று கேட்டான். அவன் பணியின் சலிப்பை பற்றி பேசினான். அதன் பின்பு வாரம் ஒரு முறை அழைப்பான். அந்த ஆழமான குறளுக்காக அவளும் காத்திருந்தாள். அதே சலிப்பு. ஆனால் இம்முறை புதிய பாடல்.

அந்த எண்ணம் அவளுக்கு சலிப்பூட்டியது. ஏன் மனிதர்கள் எப்பொழுதும் வாழ்வின் பக்கத்தில் சலிப்பையே தேடி செல்கிறார்கள். மரணம். காரணம். காரியம். இறைவன். அசுரன். பேய்கள். தனிமை. ரத்தம். கொலை. வாதம்.

அதை அவள் ஏதோ ஒரு நோய் என்று ஊகித்தாள்.

ஆனால் வாழ்வில் அவை தான் நிரந்தரம். பிறப்பு, இறப்பு மற்றும் நோய்.

ஒரு சில நாட்களில் அவள் வாழ்வும் அப்படி தான் ஆகி கொண்டிருந்தது. மரணத்தை ஒத்திவைக்கும் வாய்ப்பை இறைவன் அளித்தும் அவள் அவ்வரத்தை வைத்து என்ன செய்தாள். வெறும் எலுமிச்சை உண்டு உறங்குகிறாள். ஏதோ வனமிருகம் போல் ஒரு வாழ்வு. எவ்வித காரண காரியமும் அன்றி.

‘ஆம் இது ஒரு பரீட்சை. தெய்வத்தின் சோதனை. இதில் நான் வென்றால் மரணத்தை வெல்வேன்,’ என்றவள் கிளர்ச்சிகொண்டாள்.

அந்நொடியில் மேல் நோக்கி வெண்ணிற வானையும் மஞ்சள் நிற பழத்தையும் பார்த்தபோது அவளுக்கு ஏவாளின் தோட்டம் போல் அது இருந்தது.

‘ஏவாள் உண்ட பின்பு தான் பூமிக்கு செல்லும் படி சபிக்கப்பட்டாள். நான் அதை வெல்வேன். நான் இனி உணவுண்ண மாட்டேன்,’ என்று வைராக்கியத்துடன் எழுந்து நடந்தாள். பசி தட்டியபோதும் அவள்

பழத்தை தொடாமல் வேகமாக போனாள்.

'வாழ்வின் மந்திரம் வைராகியும். அதுல நான் ஜெயிக்கும்,' என்றெண்ணி அந்த எல்லையற்ற பாதையில் அவள் கால்கள் முன்சென்றுகொண்டே இருந்தன.

நாட்கள் அலைகளை போல் கரைமோதி புரண்டு திரும்பி மீண்டது. அவள் உடல் மெலிய தொடங்கியது. உடலில் தளர்வு கூடி காலெங்கும் வீக்கம் பிடித்தது. அவள் முலைகள் சுருங்கி அருவருப்பாக இருந்தது. முலைக்காம்பு கருத்து உலர்ந்த திராட்சை போல் இருந்தது. இடுப்பில் சதையே இல்லை. யோனிமேல் கரிய காடை போல் மயிர் வழிந்தோடியது.

கூந்தல் தொடையை கடந்து தரை வரை நீண்டது. காட்டு நீலி போல் அவள் அங்கு வலம் வந்தாள், பசி ஒவ்வொரு கட்டமாக நகர்ந்து உச்சத்தில் இருந்தது.

'உண்ணாதே. அது உனக்கான பழம் இல்லை. இது ஒரு மாயஉலகம். இது நரகம் இதில் பசியும் உண்டு உணவும் உண்டு. ஆனால் சொர்கம் அப்படி அல்ல. அதில் பசியும் இல்லை. உணவும் இல்லை. நிக்காத மோளே. வேகம் போ,' என்று கடிந்து கொண்டு தரையில் தவழ்ந்தாள். கால்கள் தளர்ந்து நீக்கவே இயல வில்லை. கண்கள் இடுங்கி கனக்க தொடங்கின. கண்ணீர் வழிந்தோடியது. சிறுநீர் ரத்தம் போல் எரிந்தது.

'வேணாம் மோளே. அது விஷம். அந்த பழம் வேணாம்,' என்று எண்ணி அழுதாள். தவழ முடியாமல் சுயநினைவு இழந்து விழுந்தாள்.

'அப்பழம் தடைசெய்ய பட்ட பழம்.'

'ஆனால் இதுல என்ன ஆகப்போகுது. இது பசி. இதுக்கு தேவ பழசாறும் சுவையும். பட்டினி இருந்த நீ செத்துத்தான் போவ.'

'ஒரு பழத்தின் சுவை அறிந்தவன் ஒரு காட்டின் சுவை அறிகிறான்.'

எண்ணம் திசையின்றி புரண்டோடியது. உயிர் பிரியும் நொடியின் சத்தம் கேட்டது.

'தெய்வமே இவ்விரதம் உனக்கானது. என்னை காப்பாத்து.'

இன்னும் ஒரு உளறல்.

இந்த புரட்சியில் எந்த பயனும் இல்லை என்று பசி முற்றிய நிலையில் அவள் உணர்ந்தாள். அத்தனை உயிருக்கும் பொறுப்பேற்கும் பணியின் கடினம் அறியும் பொழுது தான் மனிதன் தெய்வத்தை அடைகி-

றான். ஆனால் அது அவளுக்கு குடுத்து வைக்க வில்லை. இந்நிலை மாறப்போவதில்லை. காலம் ஒரு அரக்கன். அவன் விழையும் வேகத்தில் தான் அவன் நிகழ்வான். இறைவனால் எல்லாரையும் காக்க இயலாது. இவ்வுலகின் துயரை கண்ட பின்பு அதற்கு ஏங்குபவன் மூடன். படிப்படி-யாக தர்க்கம் நகர்ந்து அவள் இறைஉணர்வை குலைக்க தொடங்கியது.

நோயிலும் சாவு பசியிலும் சாவு தான் என்றெண்ணி அவள் விர-தத்தை முடித்து விடலாம் என்று முடிவுசெய்தால். உடலை உசுப்பி கடைசி கட்ட சக்தியை திரட்டி மேல் எழுந்தாள். கால்கள் தளர்ந்து கீழே விழுந்தாள். உடலெங்கும் புழுதி. சிறுநீரின் நாற்றம் வீசியது. அவளை மீறி அவள் தொடையெங்கும் சிறுநீர் வழிந்தது. அருவருப்பு தாளாமல் அவள் மறுபடியும் முயற்சித்து எழுந்தாள். இம்முறை அடிபட்ட வனமி-ருகத்தின் கதறலுடன். ஒரு மரத்தின் தண்டை பிடித்து மேல் எழுந்தாள். ஒவ்வொரு அங்கமும் வலியில் துடித்தது.

'பழம்,' என்று உளறிக்கொண்டே மேலே அம்மரத்தை பார்த்தாள். பசி உச்சத்தில் இருந்தது. கண்களில் வழிந்த கண்ணீரால் அவள் பார்-வையை மங்கியது. கண்களை துடைத்து கொண்டு மறுபடியும் பார்த்-தாள்.

அங்கிருந்த எலுமிச்சை மரம் காணாமல் போய் இலையற்ற சவுக்கு மரம் ஒன்று நின்றது. அதை கடந்து செந்நிற வானம், இளம் சூரியனின் அஸ்தமனத்தின் விளைவாக அங்கு வழிந்தோடியது. அவள் விரதத்தின் பொருட்டு அந்நிலப்பரப்பு மாறியிருந்தது. ஆனாலும் அந்த பசி அப்ப-டியே நிலைத்தது.

6

தோல் உரிந்த நாகம்

அது ஒரு மாசற்ற இரவு. நிலவொளி பலநாட்களுக்கு பின் அன்று பிரகாசமாக இருந்தது. ஒரு நீண்ட மழைக்கு பின் எழும் அமைதியை உணர்ந்தான் பூங்குன்றன். தெருவெங்கும் எப்பொழுதும் போல் வாகனநெரிசல், சாலையோர கடைகல், போலீஸ் வண்டிகள், உற்சாகமாக குறைக்கும் செந்நிற நாய்கள், விட்டு விட்டு எரியும் சாலை மின்விளக்குகள், கூர்ந்து பார்த்தால் அதன் முகப்பில் வெண்ணிற பூச்சிகள்.

பூங்குன்றன் வழக்கம் போல் அவன் பைக்கில் அளவுமிகுந்த வேகத்தில் வீடுதிரும்பிக்கொண்டிருந்தான். மரங்களில் இருந்து நீர்த்துளிகள் அவன் சட்டையில் சொட்டிக்கொண்டிருந்தன; ஒரு பெருமழையின் பின்குறிப்பு. என்றும் போல் அலுவலகத்தில் ஒரு நிகழ்வற்ற தினம். இயந்திரத்தை போல் ஒன்றின் பின் ஒன்றாக பழக்கப்பட்ட பணிகள். அவனுக்கு சலிப்பாக இல்லை. அந்த வாழ்விற்கு அவன் பழகி இருந்தான். அது அவனுக்கு உணவளித்தது. மிக கடினமான பணியொன்றும் இல்லை. நேரம் இருந்தது பிரியப்படுவதுபோல் வீணடிக்க, பயனற்ற கனவுகளில் உலாவி திரிய, சுய பரிதாபத்தில் சுகம் தேடிஅலைய.

அன்றும் அதே போல் ஒரு இரவு தான். டெலிபோன் அலுவலகத்தை கடந்து அவன் அவன் இல்லம் நோக்கி திருப்பினான். பழக்கப்பட்ட பாதை. அங்கு எங்கு குழிகள் இருக்கும் எங்கு மேடுகள் இருந்தான் என்றவனுக்கு தெரியும். ஆனாலும் அவ்வப்பொழுது மாட்டிக்கொள்வான். வழக்கம் போல் அங்கு நெரிசல் அதிகமாக இருந்தது. காட்டுத்தீ போல் வாகனம் தோரும் சீறி பாயும் முன் விளக்குகள். எரிச்-

சலூட்டும் வாகனசத்தம். எதையோ சென்று சாதிக்கப்போவதாக எண்ணி அவசரத்தில் ஆவேசப்படும் மனிதர்கள். உண்மையில் அவர்களுக்கு அவனை போல் வீணடிக்கும் நேரத்தை எதிர்கொள்ளும் ஆர்வம் தான் எஞ்சி இருந்தது.

அப்பொழுது தான் அவன் அவளை கண்டான். அழகிய கரிய நீண்ட கூந்தல். ஒரு பேரிடியின் ஓலம் அவனுள் ஒலிக்க தொடங்கும் முன்னறிவிப்பு. அவனுக்கு ஐந்து அடிமுன்பு அவளும் சாலையில் சிக்கி இருந்தாள். கூந்தலை ஒதுக்கையில் அவள் அழகிய மாநிற முகம் ஒரு நொடி கண்முன் வந்து சென்றது. அது அவனுக்கொரு தரிசனம். ஏதோ ஒரு மாயஉலகில் தேர்ந்த பொருட்களால் உற்பத்திசெய்யப்பட்ட சிற்பத்தை போல் உடல் அசைவுகள். எங்கும் பழக்க பட்ட பொருட்களின் மகிழ்வு இல்லை. ஆனால் சிறுகுழந்தை போல் ஒரு ஈர்ப்பு இருந்தது. அவளை அறிவதற்கான ஆவல். அனிச்சையாக ஒரு அறிமுகத்தை எதிர்நோக்கி அவன் உள்ளம் துடித்து கொண்டிருந்தது.

ஆனால் காலம் அத்தகைய நண்பன் இல்லை. அவனுக்கு அறிமுகமற்ற வழியொன்றை அவள் கண்டு விரைந்து சென்றாள். காட்டில் பாய்ந்தோடும் மானைப்போல். அது மிகவும் ஆபாசமான ஒப்பீடாக அவனுக்கு தோன்றியது. ஆனாலும் அவன் ஒரு கவியோ ரிஷியோ அல்ல கவித்துவமற்றதையும் ஆபாசத்தையும் கண்டு அஞ்ச. அந்த பிரஞைஇழப்பு அவனுக்கொன்றும் புதிதல்ல. அவன் பாதிப்பொழுது பிரஞையற்று அவன் தசைகளின் நினைவில் தான் பயணித்தான். உண்மையில் அவன் பிரஞையுடன் பயணித்தால் விபத்து நேரக்கூடும் என்றஞ்சினான்.

அவள் கடந்து சென்றிருந்தாள். நீண்ட கேசத்தை போல் வளைந்தோடும் ஏதோ ஒரு அந்நிய பாதையில் அவளை அவன் தொலைத்து விட்டான். அது அவனுக்கு புதிதல்ல. எந்நாளும் நாம் எடுக்கும் முடிவுகளில் ஏதோ ஒரு சாத்தானையோ தேவனையோ நாம் துறந்துகொண்டு தான் இருக்கிறோம். சதுரங்க எதிராளியைப்போல் காலம் நம் முடிவுகளுக்கு முடிச்சிட்டு எதிர் முடிவு எடுத்து கொண்டே இருக்கிறது. இது எவராலும் தப்ப இயலா சாபம். பிறப்பிலிருந்து நம்முடன் பயணிக்கிறது.

சிலர் கணக்கில் தேவதைகளை விட பேய்களின் ஆதிக்கம் தான் அளவற்று இருக்கிறது. ஒரு சில பேய்களின் ஆற்றல் தேவதைகளின் ஆசிகளை கடந்த செயலூக்கம் கொண்டிருக்கிறது.

அவளுடன் அதற்குள் ஒரு புதுவாழ்வை பூங்குன்றன் வாழ தொடங்கியிருந்தான். ஆனால் அந்த பிரிவுக்கும் அவன் பழகி தான் அந்த உறவில் ஈடுகொண்டிருந்தான். அவன் முன்னனுபவம் அவனுக்கு அதுக்கான ஒரு பக்குவத்தை அளித்திருந்தது. ஏதோ ஒரு உலகில் அவர்கள் ஒன்று சேர கூடும். இவ்வுலகின் அவன் அவளை தொலைத்திருந்தான். திரும்பி வர இயலா தூரத்திற்கு அவள் சென்றிருந்தாள்.

இழப்புகள் அவனுக்கு புதிதல்ல. அவன் வாழ்வு தோல் துறக்கும் நாகத்தை போன்றது. உண்மையில் அவன் இறந்தால் ஒரு சிலர் கண்ணீர் விட கூடும். ஆனால் அந்த ஒரு தின கண்ணீரை கடந்த துயரில் ஆழும் அளவிற்கும் அவன் எவர் வாழ்விலும் ஆதிக்கம் செலுத்தவில்லை. இதில் மகிழ்வொன்றும் இல்லை. ஆனால் அது தான் அவன் இயல்பு. அதை மறுத்து அவனால் வாழ இயலாது.

ஒரு காலத்தின் முடிவில் அடையாளம் என்றொன்று இல்லாமல் ஒரு புதிய பாம்பை போல் அவன் பயணிப்பான். தோல் துறந்த பொழுதும் நாகத்தின் இயல்பும் நஞ்சும் குறைவதில்லை.

ஒரு வட்டமான நிலவு அந்த மாசற்ற இரவில் ஒளிர்ந்து கொண்டிருந்தது. அந்த இரவு மெல்ல அற்புதங்கள் இழந்து பழைய நிலைக்கு திரும்பி கொண்டிருந்தது. இயலுலகிற்கும் கனவுலகிற்கும் உள்ள எல்லைகள் தெளிவின்மையில் தவித்து கொண்டிருந்தன. பூங்குன்றன் அவன் வீட்டை அடைந்து வழக்கம் போல் ஒரு கோப்பை தேநீருடன் இளைப்பாற மாடியை வந்தடைந்தான். அதே அற்புதங்கள் அற்ற சராசரி இரவு. ஐந்து நிமிடத்துக்கு முன்பு பார்த்த அதே மாசற்ற நிலவு. அதை சுற்றி கரிய நிற வானம், தொலைந்து போன பேரழகியின் கூந்தலை போல்.

7

தடை செய்யப்பட்ட பழம்

வெண்ணிற ஆடையும் அதை நிறைவு செய்யும் பாணியில் ஒரு நீண்ட வெண்சுருள் தாடியுடன் வின்சென்ட் பாதிரியார் பேச தொடங்கினார். அவர் கூந்தல் நன்கு கருத்திருந்தது. அந்த முரண் அவர் முகத்துக்கு ஒரு வித வசீகரம் அளித்தது.

'கடவுளை போற்று' என்று உரத்த குரலில் அவர் பள்ளியெங்கும் ஒலித்தார்.

கூடிய முழுச்சபையும் வாழ்த்தொலி பாட தொடங்கியது. எஸ்தர் கண்களை மூடி பிரார்த்தனை செய்து கொண்டாள்.

கர்த்தர் என் கன்மலையும், என் கோட்டையும், என் இரட்சகரும், என் தேவனும், நான் நம்பியிருக்கிற என் துருகமும், என் கேடகமும், என் இரட்சணியக் கொம்பும், என் உயர்ந்த அடைக்கலமுமாயிருக்கிறார்.

இந்த வரிகளை அவள் தினமும் ஜெபிப்பதுண்டு. இது அவள் குழந்தை அகத்தில் ஒரு ஆழ்ந்த தாக்கத்தை உண்டுசெய்வதை அவள் இவ்வுலகு கடந்த ஒரு ஸ்வர்கத்தில் உணர்ந்தாள்.ஸ்தோத்திரத்தை மறுபடியும் மறுபடியும் எஸ்தர் ஜபித்து கொண்டே இருந்தாள். அவள் கண்கள் ஒரு ஒரு முறையும் இன்னும் இருக்க மூடிக்கொண்டது. அவள் புறத்தை முழுமையாக மறந்து அகத்தில் பரிணமிக்க முற்பட்டுக்கொண்டிருந்தாள். அந்த இருண்ட அகத்தில் அவள் ஏசுவின் ஒளியை அவன் கருணையை தேடிக்கொண்டிருந்தாள்

சுற்றி ஒலிக்கும் வாழ்த்தொலியும், இசை கூவலும், அந்நியர்களின் கசப்பான தூய்மையற்ற தினசரி முனகல்களும் அவளை தொடர்ந்து திசைதிருப்பிக்கொண்டிருந்தன. ஒரு கணத்தில் இப்புவியின் சில்லறை ஈர்ப்பு அவளை புவிஈர்ப்புசக்தியைப்போல் அகத்தின் வான்நோக்கிய பயனிலிருந்து இவ்வுலகுக்கு முழுமையாக இழுத்து வந்து தள்ளியது. திகைத்து எஸ்தர் கண் திறந்தாள். ஒரு எல்லையற்ற சோகம் அவளை வெள்ளப்பெருக்கை போல் வந்து தாக்கியது. அவள் அத்தை அவள் தோளை பிடித்து உலுக்கினாள்.

' எஸ்தெரு பொண்ணு மோளே! பூவாம்! சமயம் பொக்குனு!' என்று அவள் சொன்னாள்.

அவள் குரலில் ஒரு முதிர்ந்த தாயின் கசப்பு ஒலித்தது. வளர்ந்த சிசுக்களின் அகத்தை முழுமையாக அறிந்து அவர்களின் சில்லறை சிக்கல்களை பொருட்படுத்தாத தாய்.

எஸ்தர் பிறந்த இரு ஆண்டில் அவள் பெற்றோர் பறவை காய்ச்சலில் இறந்திருந்தார்கள். அதற்கு பின் அவள் அத்தை வீட்டில் தான் வளர்ந்தாள். அத்தையும் அவளால் இயன்ற அளவிற்கு எஸ்தெரை அவள் மகளை போல் பார்த்து கொண்டாள். அத்தைகு ஒரு மகன். வயது இருபத்திரண்டு. பெயர் தாமஸ். எஸ்தெருக்கு தாமஸ் சேட்டன் என்றால் அதீதமான பிரியம். அவனும் அவள் ஆசை கொண்ட அனைத்தையும் மறுக்காமல் வாங்கி தர முயல்வான். அரிசி மிட்டாய், புட்டு, பால் ஐஸ் என்று எதுவாக இருந்தாலும் அவன் அவள் ஆசைகளை என்றும் நிராகரிக்காமல் இருக்க வேண்டும் என்று முயற்சித்தான். அவள் அப்பாவின் சிறு நிலத்தில் தான் அவர்கள் இன்று ஒரு சிறு தென்னந்தோப்பு வைத்து மட்டை பொருட்கள் செய்து விற்றுக்கொண்டிருந்தார்கள். அந்த நன்றியாக இருக்கலாம். ஆனால் அதை கடந்த ஒரு அன்பும் அவனிடம் இருந்தது.

அங்கு இருந்த ரப்பர் எஸ்டேட்டில் ஒரு பணிக்கோரி அவன் பல பேரிடம் கேட்டுஅலைந்து கொண்டிருந்தான்.

தோப்பில் மரங்களுடன் அவர்கள் கொஞ்சம் ஆடும், கோழிகளும் வளர்த்திருந்தார்கள். பின்பு ஒரு நாய். டிம்மி. எஸ்தருக்கு அவனை சற்றும் பிடிக்காது.

சிறு வயதில் இருந்து அங்கிருந்த ஆட்டுக்குட்டிகளை எஸ்தர் தான் பராமரித்து வந்திருந்தாள். கென்னி பென்னி என்று இரட்டை ஆடுகள்-

மேல் அவளுக்கு அளவு கடந்த பிரியம்.

கர்த்தர் என் மேய்ப்பராயிருக்கிறார், நான் தாழ்ச்சியடையேன்.

அவர் என்னைப் புல்லுள்ள இடங்களில் மேய்த்து, அமர்ந்த தண்ணீரின் அண்டையில் என்னைக் கொண்டுபோய் விடுகிறார்.

அவர் என் ஆத்மாவைத் தேற்றி, தம்முடைய நாமத்தினிமித்தம் என்னை நீதியின் பாதைகளில் நடத்துகிறார்.

நான் மரண இருளின் பள்ளத்தாக்கிலே நடந்தாலும் பொல்லாப்புக்குப் பயப்படேன்; தேவரீர் என்னோடேகூட இருக்கிறீர்; உமது கோலும் உமது தடியும் என்னைத் தேற்றும்.

என் சத்துருக்களுக்கு முன்பாக நீர் எனக்கு ஒரு பந்தியை ஆயத்தப்படுத்தி, என் தலையை எண்ணெயால் அபிஷேகம்பண்ணுகிறீர்; என் பாத்திரம் நிரம்பி வழிகிறது.

என் ஜீவனுள்ள நாளெல்லாம் நன்மையும் கிருபையும் என்னைத் தொடரும்; நான் கர்த்தருடைய வீட்டிலே நீடித்த நாட்களாய் நிலைத்திருப்பேன்.

பள்ளி விட்டவுடன் இதை ஜபித்துக்கொண்டே மேய்ச்சல் காட்டில் அவள் ஒரு சிறு குச்சியுடன் கென்னியையும் பென்னியையும் கூட்டி கொண்டு பாடிக்கொண்டே சதுப்பிலும் வயலிலும் நடந்து செல்வாள். சாயம் அத்தை போடும் கட்டஞ்சாயாவை குடித்து விட்டு படிக்க சென்று விடுவாள்.

இரவில் மறுமுறை அவள் கழுத்தில் தொங்கும் சிலுவையை பற்றிக்கொண்டு ஒரு பிரார்த்தனை செய்து விட்டு தூங்கி விடுவாள். அவள் தினங்கள் இப்படி தான் கழிந்தது. தினசரி பிரார்த்தனையில் அவள் சேட்டனின் வேலை குறித்தும், அத்தையின் உடல்நலம் குறித்தும், பெற்றோரின் ஆத்ம சாந்தி குறித்தும் அவள் பிரார்த்தனை செய்வது வழக்கம். இதை தவிர்த்து அவள் அவ்வப்பொழுது ஆட்டுக்குட்டிகளுக்கு புல்வளம் நிறைந்த காடு கோரி பிரார்த்திப்பாள். அவள் நினைப்பதெல்லாம் அனிச்சையாகவே நடப்பதால் அவளுக்கென்று அவள் எதுவும் பெரிதாக கேட்கவில்லை.

"எஸ்தெரு பொண்ணு குட்டி இங்க வாடி!" என்று சேட்டன் விரைந்தான். அன்று வெள்ளிக்கிழமை. இருநாட்கள் ஓய்வில்லாமல் பொழிந்த பிறகு அன்று தான் சற்று மழை அடங்கி இருந்தது. சில்லென்று காற்று அவ்வீட்டின் மற சாளரங்களை அடித்து கொள்ள செய்தது. அவள்

சேட்டனின் பழைய சட்டை ஒன்றை அணிந்து கொண்டு ஓடி வந்-தாள். சேட்டன் கண்டிப்பாக ஏதோ இனிப்பு வாங்கி வந்திருக்க வேண்-டும். அது உண்மை என்ற போதிலும் அவளுக்கு அதில் ஏமாற்றம் தான். அவன் லட்டு வாங்கி கொண்டு வந்திருந்தான். லாலா கடையில் இருந்து. விலை கூடிய லட்டு. ஆனால் அவளுக்கு அது உவகையளிக்க வில்லை. லட்டு வாயில் போட்டவுடன் கரைந்து விடும். அதை சுவைப்-பதில் எவ்வித சுவாரஸ்யமும் இல்லை. அரிசி மிட்டாயோ, ஜவ்வு மிட்-டாயோ அப்படி இல்லை. அதில் ஒரு முயற்சி இருந்தது. கடிக்க வேண்-டும். போரிட்டு வெல்ல வேண்டும். சாத்தானிடம் இருந்து அடைக்கலம் கோர வேண்டும். அது தான் எஸ்தருக்கு பிடித்திருந்தது.

"லே பொண்ணு மோளே சேட்டனுக்கு ஜோலி கிட்டியிருக்கு! ரப்பர் தோட்டம் வேலை! மாச சம்பளம் எண்ணாயிரம் ரூபா. கேளு டி" என்று அவள் அத்தை புன்னகைத்தாள். இந்த செய்தி எஸ்தருக்கு மகிழ்வு தந்தது. அவள் அங்கிருந்து வெளிய ஓடிவிட்டாள். தென்னந்தோப்பில் மேய்ந்து கொண்டிருந்த பென்னியிடம் சென்று அதை இடுப்பில் தூக்கி வைத்து கொண்டு அந்த ஆட்டிடம் பேச தொடங்கினாள்.

"சேட்டனுக்கு ஜோலிகிட்டியாச்சு ஸ்வர்ணம். எந்த கர்த்தரே பிதாவே கேட்டுக்கொடா ஆட்டுமோனே' என்று வான்நோக்கி அழ தொடங்கி-னாள். மெல்லிய மழை தூறல் பொழிய தொடங்கியிருந்தது. மழை பரு-வம் அவர்கள் ஊரில் ஒரு பெரும் உலகை போல் ஆண்டுதோறும் நிகழ்-வது வழக்கம்.

"வாடி மோளே எங்கே டி ஓட்டம்" என்று அத்தை திட்டிக்கொண்டே அவள் தலையை துவட்ட தொடங்கியிருந்தாள்.

"உக்காரு பக்ஷணம் கழிக்காம" என்று சொல்லி அவள் தட்டை வைத்தாள்.

சேட்டனுக்கு அன்று கறி விருந்து படைக்க பட்டிருந்தது. அவன் ஒரு நல்லிஎலும்பை கடித்து உரிந்து கொண்டிருந்தான். வெகுநேரம் வாயில் வைத்து எலும்பில் சிறிய சில்களை பெத்தெடுத்து அந்த எலும்பை அவன் தட்டில் தட்டி போராடிக்கொண்டிருந்தான். உண்மை-யில் அவன் பணி நிமித்தமாக கூட இத்தகைய போராட்டத்தை மேற்-கொண்டதாக எஸ்தருக்கு தோன்ற வில்லை. அவள் புன்னகை செய்து கொண்டே அவள் தட்டில் உள்ள முட்டையையும் சோற்றையும் சாப்பிட தொடங்கினாள். கறி துண்டுகளை சிறிதாக எலும்புகளை நீக்கி அவள்

தட்டில் அத்தை வைத்து இருந்தால். அவளுக்கு எலும்பு ஒத்துப்போக-வில்லை. பற்களில் வலி பிடித்து கொள்ளும். பல நாட்கள் பாடுபடுத்தும்.

வழுக்கி கொண்டு விழுந்த நல்லி கொழுப்பை சேட்டன் அவள் தட்டில் வைத்தான். அவள் புன்னகைத்து அதை உண்டாள். அதுவும் அவளுக்கு பிடிக்க வில்லை. அது வழுக்கிக்கொண்டு உள்சென்றது. அதில் கறி உண்பது போல் ஒரு வித முயற்சியேதும் இல்லை. அதனால் தான் இறைவன் அதை அடைவதற்கு அத்தகைய கடின உழைப்பை தேவைப்படுத்தியுள்ளான் என்றெண்ணி கொண்டாள். சேட்டன் அந்த நல்லியை விரும்பி உண்டான். அது அவன் உழைப்பு. அவளுக்கு அது ஒரு தட்டில் அளிக்க பட்டதால் அவளுக்கு ஈர்ப்பு வர வில்லை. இறை-யின் கருணையும் அதைபோல் தான். போர் புரிய வேண்டும்

அந்த மழை காலத்தில் அவர்கள் குடும்பத்தில் யோகமழை பொழிந்-தது.

முதலில் எஸ்டேட் பணி. அதற்கு பின் வந்தது சொந்தத்தின் மத்-தியில் மதிப்பு. விட்டு சென்ற உறவுகள் எல்லாம் திரும்பி வந்து ஒட்டி கொண்டன. அத்தையும் சேட்டனும் அவர்கள் சந்தித்த அவமானங்-களை எல்லாம் மறந்து சொந்தங்களை அரவணைத்தனர். இது எஸ்தெ-ருக்கு ஒப்பவில்லை. அவள் குடும்பத்தில் சேட்டனுக்கும் அத்தைக்கும் தான் இடம் இருந்தது. திடிரென்று வந்து கன்னத்தை கிள்ளும் சித்திக்-கும் ஆயாவிற்கும் எந்த இடமும் அவள் அளிக்க மறுத்தாள்.

" எஸ்தர் மோளே கர்த்தர் என்ன சொல்லிருக்காரு

பழிக்குப்பழி வாங்காமலும், உன் ஜனப்புத்திரர்மேல் பொறாமை-கொள்ளாமலும், உன்னில் நீ அன்புகூறுவதுபோல் பிறனிலும் அன்புகூ-றுவாயாக;

அதான உன் வழி, பின்ன எந்தா குழப்பம்" என்று வின்சென்ட் பாதர் அவளை ஆறுதல் சொல்லி அனுப்பிவைத்தார்.

எஸ்தர் சாயம் முழுவதும் மேய்ச்சல் காட்டில் தனிமையில் உக்காந்து புழுக்களை பார்த்துக்கொண்டிருந்தாள். வீட்டிற்கு செல்ல விருப்பம் இல்லை. காடு சலிக்கும் வரை அங்கிருந்தாள். பின்பு வீட்டிற்கு திரும்-பினாள். வீடெங்கும் சத்தமாக இருந்தது. சேட்டனுக்கு சொந்தத்தில் ஒரு பெண் முடிவது போல் இருந்தது.

சமையல் அறையில் கறி இறைச்சி கொதிக்கும் மணம் வீடெங்கும் வீசியது. எஸ்தர் வீட்டுக்கு செல்ல இஷ்டம் இல்லாமல் வெளியில்

ஆட்டு தொழுவத்திற்கு போனாள். அங்கு கென்னி கதறி கொண்டிருந்-தான்.

அவள் அவனை மடியில் தூக்கி வைத்து கொண்டு கொஞ்சினாள். "ஒன்னு இல்ல மோனே. எல்லாம் கொறச்சி சமயத்தில் போய்டுவாங்க" என்று ஆறுதல் சொன்னாள். உண்மையில் அது அவளுக்கு அவளே சொல்லி கொண்ட ஆறுதல்.

"பென்னி எங்க சேட்டா" என்று அவள் கேட்டாள். கென்னியை கையில் தூக்கி வைத்து குழந்தை போல் தாலாட்டி கொண்டே.

"பொண்ணு மோளே. உன் ஆடு தான் இன்னிக்கு மொறவிருந்து. எடை கொறச்சி கம்மி தான். ஆனா இளசான இறைச்சி" என்று கொச்-சச்சன் சிரிக்க தொடங்கியிருந்தார். அவர் நாக்கை சுழற்றி உறியத்தொ-டங்கினார். அது அவளுக்கு எரிச்சல் அளித்தது.

அந்த நொடியில் அவள் உலகம் சூழல் காற்றை போல் சுற்றுவதை எஸ்தர் உணர்ந்தாள்.

"அத்தை என்ன இது" என்று அலறிக்கொண்டு அவள் சமையல் அறைக்குள் நுழைந்தாள். கையில் கென்னி கதறிக்கொண்டிருந்தான்.

"ஐயோ என் மகன் ஐயோ எந்த பொண்ணு மோனே உன்ன போய்" என்று அவள் விம்மி அழ தொடங்கினாள்.

கர்ணனை துளைத்த குந்தியைப்போல் அவள் கண்ணோரத்தில் கண்ணீர் சொட்டிக்கொண்டிருந்தது. அந்த உப்பு நீரை கொதிக்கும் கறி உறிந்து கொண்டது. அன்னையின் தாய்ப்பால் உண்ட சிசு சீராக கொதிக்க தொடங்கியது.

"எஸ்தர் பொண்ணு மோளே. அது ஆடாக்கும்! அது நம்ம உண்ண தான் கர்த்தர் படைச்சிற்கு! அது நம்ம இறைச்சி மோளே! நீ கரையாத! இங்க வா!" என்று அத்தை கூப்பிட்டாள்.

“அத்தை உனக்கு எளசான கறியா குடுக்காம”

எஸ்தர் அவள் கையை உதறி தள்ளிவிட்டு வெளியே ஓடிச்சென்-றாள்.

தென்னந்தோப்பில் மரத்தடியில் உக்கார்ந்து அவள் அழ தொடங்கி-னாள்.

ஒரு வெண்ணிற நிலவொளி அந்த இரவெங்கும் படர்ந்து அவள் கண்ணீருக்கு துணை நின்றது.

கர்த்தர் என் மேய்ப்பராயிருக்கிறார், நான் தாழ்ச்சியடையேன்.

'பென்னிக்கு நான் தான் மேய்ப்பன். நான் தான் அவனது காவலன். ஒரு கர்த்தரை போல் , அல்ல கர்த்தரின் குழந்தையை போல் நான் தான் அவனுக்கு இருந்திருக்க வேண்டும். அவனை அறுவடை செய்யும் பொழுது அவன் என்னை தான் எண்ணிருப்பான். திரௌபதி கண்ணனை கூப்பிட்டது போல். மோசஸ் கடல் முன் நின்று இறைவனை அழைத்தது போல். அவனும் அழைத்திருப்பான். ஆனால் நான் இறைவன் அல்ல. என்னிடம் உள்ள இரு உயிர்களுக்கு கூட என்னால் பொறுப்பேற்க முடிய வில்லை. ஆனால் இறைவனோ அணைத்து உயிர்களுக்கும் பொறுப்பேற்கிறான். அவன் பணி கடினம் ஆனது.'

எல்லையற்ற கொந்தளிப்பில் அவள் அகம் கொதித்து கொண்டிருந்-தது. அன்று இரவு முழுதும் எஸ்தர் உறங்க வில்லை. கென்னியை கட்டி அணைத்து வருடி குடுத்து படுத்து கொண்டிருந்தாள்.

"லே மோனே நாலா ராவில நிண்ட பர்தா வர இருக்கு" என்று சேச்சி முனகி கொண்டிருந்தாள்.

'அப்படி என்றால் மறுபடியும் கறிவிருந்து. இம்முறை கென்னி. இதை நான் விட மாட்டேன். நான் கென்னியின் காவலன். அவன் கோட்டை. அவனை நான் இரட்சிப்பேன்.'

இயேசுவை போல் உணர்ந்த எஸ்தர் இரவு ஓசை எழுப்பாமல் கென்-னியுடன் விரைந்து நடக்க தொடங்கினாள். அவள் கால்கள் தளர்ந்த பொழுது அவள் கழுத்தில் உள்ள சிலுவையை பற்றிக்கொண்டு அவள் ஜபித்தாள்.

கர்த்தர் என் கன்மலையும், என் கோட்டையும், என் ரட்சகருமான-வர்.

காட்டினுள் விரைந்து அவ்விருட்டில் அவள் நடந்தால். இருளெங்-கும் காட்டில் அவளை ஏதோ ஒரு கண் பார்த்து கொண்டே இருப்பது போல் அவள் உணர்ந்தாள்.

இயேசு நம்மை இரட்சிப்பார் என்று கென்னிக்கு அவள் ஆறுதல் சொல்லிக்கொண்டு நடந்தால். சோலை அடர்ந்து கொண்டே சென்றது.

இரவெல்லாம் உறக்கம் இல்லமால் எஸ்தர் நடந்தாள்.

அவள் கால்கள் மறத்து வலிக்க தொடங்கியது. ஒரு சிறிய அருவி ஓரம் அமர்ந்து அவர்கள் தண்ணீர் அருந்தினார்கள். கென்னி அங்-குள்ள ஒரு சில இலைகளை மேய தொடங்கினான். எஸ்தெருக்கு காட்டு இலைகளை பருக பயமாக இருந்தது. ஒரு இலையை கடித்து பார்த்-

தாள். அதன் கசப்பு தலைக்கேறியது. அதை துப்பி விட்டு வாயை கழுவ துடங்கினாள். அந்த சுவை அவள் நாக்கில் ஒரு தோல் நோயை போல் பற்றிக்கொண்டிருந்தது. வாயை குதப்பி கொண்டு அவள் நடக்க தொடங்கினாள்.

ஊரெங்கும் பதற்றம் நிலவியது. எஸ்தெரை காண வில்லை.

"லே மக்கா. அந்த குட்டி அந்த ஆட்டுகுட்டியோட தான் லே கெடந்தோறங்கிச்சு. ஒரு வேளை புலி ஏதும்" என்று ஊரெங்கும் புரளி ஒலித்தது. புலிவேட்டை அவர்களுக்கு புதிதல்ல. மழை மறுபடியும் பிடித்திருந்ததால் காட்டுக்குள் தேடிச்செல்ல தாமதம் ஆகி இருந்தது.

"ஐயோ! எந்தா பொண்ணு மோளே அத்தை உன்ன சுகமா தானே நடத்திச்சு" என்று அத்தை அழுது கொண்டிருந்தாள். சேட்டனும் ஒரு சில பசங்களும் காட்டினுள் சென்றார்கள். போரெஸ்ட் டிபார்ட்மெண்ட் இடம் தகவல் சொல்லி இருந்தார்கள்.

இது எதுவும் விளங்காத எஸ்தர் விரைந்து பாய்ந்து நடந்தாள். அவள் கென்னியை இரட்சிக்க வேண்டும். அவன் அவள் குழந்தை. அடர் சோலையில் தொலைந்து சுற்றி சுற்றி வந்து கொண்டிருந்தாள். ஒரு சிறிய மலை குன்றை ஏற முயற்சித்து கொண்டிருந்தாள். கென்னியை தூக்கிக்கொண்டு அதை கடப்பது அவ்வளவு எளிதல்ல. ஒரு பத்து முறை முயன்று தோற்ற பின் அவள் உடலெங்கும் புழுதி படந்திருந்தது.

அவள் பெருமுச்சிட்டு ஒரு பாறைமேல் அமர்ந்தாள். அருகில் ஒரு காட்டு நாயின் உறுமல் சத்தம் ஒலித்தது. புதருக்குள்ளிருந்து இரு பச்சைநிற கண்கள் அவர்களை பார்த்து கொண்டிருந்தது. எஸ்தரின் கழுத்தில் வேர்வை வழிந்தோடியது. உறுமல் ஓலம் காடெங்கும் ஒலிக்க தொடங்கியது. அந்த செந்நிற நாயின் இறை எஸ்தரா அல்ல கென்னியா என்று அவளுக்கு விளங்க வில்லை. விலங்கை போல் தாவி குன்றின் மேல் ஏறி கொண்டாள். இம்முறை எந்த கஷ்டமும் இல்லை. பெருமுச்சிட்டு திரும்பி பார்த்தாள். காட்டில் நாய் இருந்த தடமே தெரிய வில்லை.

சிலுவையை பற்றி கொண்டி அவள் ஜபித்தாள்.

கர்த்தர் என் கன்மலையும், என் கோட்டையும், என் ரட்சகருமானவர்.

மழை காட்டின் அப்பகுதிக்கு விரைந்து வந்து அடைந்தது.

நான்கு நாட்கள் கடந்திருந்தன. அத்தை ஒரு சொட்டு தண்ணீர் கூட குடிக்க வில்லை.

"லே இந்த கஞ்சிய கழிக்கண்ணும்! அம்ழுச்சி! " என்று அனைவ-ரும் கவலை கொண்டார்கள்.

"கண்டிப்பா புலி தாம் மோனே" என்று வின்செண்ட் பாதர் சலித்து கொண்டார். பள்ளியில் எஸ்தெருக்காக அன்றிரவு சிறப்பு பிரார்த்தனை நிகழ்ந்தது.

மறுபுறம் அடர்காட்டின் உற்பகுதியில் எஸ்தர் அமர்ந்திருந்தாள். சிறு கற்களும் காய்ந்த இலைகளும் சருகுகளும் கொண்டு அவள் ஒரு தீ மூட்டியிருந்தாள். காட்டில் கிடைத்த ஒரு வத்திப்பெட்டி அவளுக்கு உதவியது

அந்த வெப்பத்தில் சற்று குளிர் காய்ந்து கொண்டிருந்தாள். பசி வயிற்றைக்கிள்ளியது.

"அத்தை அத்தை" என்று முனகி கொண்டிருந்தாள்.

அருகில் கென்னி நிம்மதியாக இலைகளை உண்டு வந்தான். அவளால் அது இயலவில்லை. குமட்டல் ஏற்பட்டது. அதற்கு முந்திய நாள் வாந்தியும் உடம்பெங்கும் தடிப்புகளும் வந்திருந்தன. காட்டுச்செடி-களை உண்ட விளைவு. நாட்டுவாழ்விற்க்கு பழகிய விலங்குகள் அவ்-விருவரும். அவர்களுக்கு காட்டில் கடினமாக இருந்தது. கென்னி பழகி விட்டான். எஸ்தரால் இயல வில்லை. நாட்டு வாழ்விற்கு பழகிய முதல் விலங்கின் எச்சம் அவள். ஆதாலால் அந்த கடினம் இருக்கலாம். இல்லை இது இறைவனின் சாபம். ஏவாள் இடம் இருந்தே தொடர்கிறது என்று அவளுக்கு தோன்றியது.

அவள் மிகவும் பலவீனமாக உணர்ந்தாள். காடு அவளுக்கு அந்நி-யமாக ஒரு எதிரி போல் ஒரு சாத்தானை போல் காட்சியளித்தது.

ஆனால் இந்த சாத்தான் அவள் கர்த்தரை விட ஆற்றல் கொண்-டவனாக இருந்தான்.

அந்த இருளின் முனைகளில் அவன் பயணித்தான். ஓசை இன்றி. எவ்வித சந்தேகமும் இன்றி. ஊடுருவும் ஒரு ஒட்டுண்ணி போல்.

மழை சற்று அதிகமாக பிடிக்க தொடங்கியது. எஸ்தர் முகம் கழுவி நாக்கை நீட்டி நீர் அருந்தினாள். ஆனால் அது அவள் பசியை மேலும் தூண்டியது. அவள் மூட்டிய நெருப்பு மழையில் அலைபாய தொடங்கி-யது.

அது தான் அவளுக்கு இருந்த கடைசி நம்பிக்கை. அதை மூட்ட அவள் ஒரு நாள் முழுவதும் முயன்றிருந்தாள். அதுவும் அங்கு இருந்த ஒரு வத்திப்பெட்டியின் உதவி கொண்டு. காட்டில் அலைபவர்கள் கண்டெடுக்கும் அற்புதங்களுக்கு எல்லை இல்லை. பாம்புகள், பூச்சிகள், கரையான் புற்று, பிளாஸ்டிக் பாட்டில், சரக்கு குடுவைகள், சிகரட் துண்டுகள், வத்திப்பெட்டிகள், கத்தி, இரத்தம், இறைச்சி, பேய்கள், மண்டையோடுகள், யக்ஷிகள், வனதேவதைகள் என்று எல்லையற்ற சுரங்கம் தான் இந்த காடு.

அவள் பெட்டியில் குச்சிகள் இருந்தன ஆனால் இந்த மழையில் அது நனைந்து வீணாகி இருந்தது. அணைந்து கொண்டிருக்கும் நெருப்பை எஸ்தர் பார்த்து கொண்டு இருந்தாள். நிறைந்த பசியுடன் கென்னி கொழுத்திருந்தான். அவனை கண்டு அவளுக்கு ஒரு வித கசப்பும் எரிச்சலும் ஏற்பட்டது.

கர்த்தர் என் மேய்ப்பராயிருக்கிறார், நான் தாழ்ச்சியடையேன்

அது ஒரு வளர்ப்பு விலங்கு மோளே. அது நம்ம சாப்பிட தான் கடவுள் படைச்சிருக்கான்.

எங்கிருந்தோ ஒலித்தது அத்தையின் குரல். சாத்தானின் ஓலத்தை போல்.

அவர் என்னைப் புல்லுள்ள இடங்களில் மேய்த்து, அமர்ந்த தண்ணீரின் அண்டையில் என்னைக் கொண்டுபோய் விடுகிறார்.

கர்த்தர் என் மேய்ப்பராயிருக்கிறார்

கர்த்தர் என் கன்மலையும், என் கோட்டையும், என் ரட்சகருமானவர்.

உரத்த குரலில் எஸ்தர் ஜபித்தாள் அவள் சிலுவையை இருக்க பற்றிக்கொண்டாள். அந்த நெருப்பின் வெப்பமும் தீயும் தளர்ந்து கொண்டிருந்தது.

அது நம்ம சாப்பிட தான் கடவுள் படைச்சிருக்கான்.

கர்த்தர் என் மேய்ப்பராயிருக்கிறார்

அவள் கைப்பிடி சிலுவையில் இருந்து சற்று தளர்ந்தது. கண்கள் விழி இழந்து கொண்டிருந்தது. எப்பொழுதும் போல் காலை விடிந்தது. அந்த காட்டில் உள்ள தீ முற்றிலுமாக அணைந்திருந்தது.

அங்கு ஒரு செந்நிற நாய் நின்று கொண்டிருந்தது. அதே பச்சை நிற கண்கள்.

"கர்த்தராகிய ஆண்டவர் அந்த மனிதனுக்குக் கட்டளையிட்டார்: தோட்டத்திலுள்ள ஒவ்வொரு மரத்தின் கனியையும் நீ தாராளமாக உண்ணலாம்: நன்மை தீமை அறியும் மரத்தின் கனியைப் புசிக்கவேண்டாம்; நிச்சயமாக இருக்கும்.

பெண் தடைசெய்யப்பட்ட பழத்தை உண்ணுகிறாள், மேலும் அதை ஆணுக்கும் கொடுக்கிறாள். அவர்கள் தங்கள் நிர்வாணத்தை அறிந்து, அத்தி இலை ஆடைகளை உருவாக்குகிறார்கள், கடவுள் நெருங்கும்போது தங்களை மறைத்துக்கொள்கிறார்கள். எதிர்ப்பட்டபோது, ஆதாம் ஏவாள் தனக்கு சாப்பிட பழங்களைக் கொடுத்தாள் என்று கடவுளிடம் கூறுகிறார், மேலும் ஏவாள் கடவுளிடம் பாம்பு அவளை ஏமாற்றி சாப்பிட்டதாக கூறுகிறாள். "

வின்சென்ட் பாதிரியார் வழக்கம் போல் குழந்தைகளுக்கு கதை சொல்லி கொண்டிருந்தார். இது எஸ்தருக்கு பிடித்த கதை என்று அவர் சலித்து உணர்ந்தார்.

காட்டின் உள்ளிருந்து எஸ்தர் வெளி வந்தாள். அவள் உதட்டோரத்தில் உலர்ந்த இரத்தம். பற்களிலெல்லாம் மாமிச நாற்றம். காட்டில் அந்த செந்நிற நாய் கென்னியின் எஞ்சியுள்ள எலும்புத்துண்டுகளை அள்ளிக்கொண்டு அதன் குட்டிகளுக்கு கொண்டு சென்றது.

எஸ்தர் பள்ளியை நோக்கி நடந்தாள். ஒரு வன யக்ஷியை போல் ஒரு பிரமிப்பூட்டும் தோற்றம். சற்று கண்ணீர் விட தொடங்கியிருந்தாள்.

"உலகில் உள்ள அனைத்து உயிர்களுக்கும் பொறுப்பேற்பதின் பாரம் உணர்ந்தவர்கள் கடவுளை உணரலாம் " வின்சென்ட் பாதிரியார் அவளை பார்க்காமல் தொடர்ந்தார். அவள் அவர் முடிக்கும் வரை காத்திருந்தாள்.

மழை ஓய்ந்து இலைகள் உதிர தொடங்கியிருந்தன. ஒரு புதிய உலகின் தொடக்கத்தை போல் ஒரு அந்நியமான உணர்வு அக்காற்றில் வீசியது

கடவுள் பாம்பையும், பெண்ணையும், பின்னர் ஆணையும் சபித்து, நித்திய ஜீவ விருட்சத்தை உண்பதற்கு முன், ஆணையும் பெண்ணையும் தோட்டத்திலிருந்து வெளியேற்றுகிறார்.

8

மிட்டாய்

பிரான்சிஸ் சைக்கிள் பெடலை வேகமாக மிதித்தான். அவன் பெருவிரல் இடுக்கில் பிடித்துள்ள சேற்றுப்புண் ஊசிபோல் உள்ளிருந்து குத்த தொடங்கியது. சற்று வேகத்தை தளர்த்தி அவன் கால்களை இணை-கோடுகள் போல் சாலை அருகே நீட்டிக்கொண்டு மேட்டின் இறக்கத்தில் சைக்கிளை செலுத்திக்கொண்டு சென்றான். தேய்ந்து போன கட்டைவி-ரல் செருப்பு குப்பை பொறுக்கும் வண்டிபோல் சதுப்பின் சேற்றை அள்-ளிஅணைத்து கொண்டு வந்தது.

"ஏய் பிரான்ஸி. சூப்பர்வைசர் கத்தும் வே. வேகம் வா மவனே ," என்று அவன் அப்பன் கத்திகொண்டே சைக்கிள் பெடலை வேகமாக மிதித்தான். தேக்கு மரம் போல் உடல் அமைப்பு, நிலக்கரி போல் கரிய உருவம். ஆஜானுபாகுவாக ஆனைமலை வேழத்தை போல் கம்பீரமான தோரணை. பல ஆண்டுகளாக உழைப்புக்கு பழகிய விரிந்த தோள்பட்-டைகள்.

"வந்துட்டேன் அப்பு," என்று விரைந்து பெடலை மிதித்தான் பிரான்-சிஸ். அந்த திடீர் அசைவில் அவன் காயத்தின் மென்மையான தோல சடாரென்று உரித்து கொண்டு ரத்தம் கொட்ட தொடங்கியது. தொழிற்சாலை அடையும் வரை பல்லை கடித்து உச்சு கொட்டிக்-கொண்டே சைக்கிளை செலுத்தினான். காம்பௌண்ட் சேவூரருகே சைக்-கிளை நிறுத்தி விட்டு சற்று ஈரமான பழுப்பு நிற மண்ணள்ளி காலிடுக்-கில் செருகியது சற்று ஆறுதலளிப்பது போல் ஒரு பிம்பத்தை அளித்தது.

"லே பிரான்ஸி ! என்ன லே தாமசம். முதலாளிக்கு தெரிஞ்சா தொலைஞ்ச பாத்துக்கோ. பின்ன செட்டா பாத்து பண்ணிகுடுங்கனு சொன்ன குண்டிய பிரிச்சிருவேன் வே. இன்னிக்கு பொழுது பாத்துகிட்டே லே . மழை கொட்டிதீத்துருச்சு இல்லையா பின்ன. வீடெல்லாம் தண்-ணியாமே. உங்கொப்பன் சொன்னான். இது வெறும் ஆரம்பம் தான் வே. நியூஸுல சொல்லிக்கிட்டு இருக்கானுவ. வெரசா வேல முடிஞ்சா தான் வே நமக்கெல்லாம் விமோசனம். பாத்து நடந்துக்கோங்க. அவளோ தான் சொல்லுவேன். நம்ம முதலாளி அந்த ஏழுமலையான் கிருஷ்ணன் போல லே. கோவர்தன மலையை பின்ன நமக்கெல்லாம் சும்மா எவனாச்சு கட்-டிக்கொடுப்பானா. இதெல்லாம் மனசுல நெனச்சிபாத்துக்கிடனும்."

கடந்த இரண்டாண்டுகாலமாக அந்த ஊரில் ஒரு பெரிய மழை குடை கட்டும் தொழிற்சாலையில் அவர்கள் பணியாற்றி வந்தார்கள். அது ஏதோ அயல்நாட்டு நிறுவனம் தொடங்கும் புதிய உல்லாச ஓய்-விடம் மற்றும் வீர விளையாட்டு பூங்காவின் காட்சிப்பொருள் என்று சில வதந்திகள் ஒரு பக்கம் இருந்தாலும் கடந்த ஆண்டின் மழையின் பொழுது அந்த ஊரே அங்கே தான் அடைக்கலம் புகுந்தது. கட்டு சோறு, கறிக்குழம்பு , தேன் அப்பம் என்று அந்த வெள்ளத்திலும் அங்கு கொண்டாட்டம் தான். வளைவில் காத்திருக்கும் துயரத்தை ஒரு நாள் தள்ளி போடும் கொண்டாட்டம்.

மழையில் குடிசைகள், மாடுகள் மற்றும் மரங்கள் எல்லாம் சேதாரம் ஆகியது கூட பிரான்சிஸ்கு பெரிய வருத்தம் அல்ல. ஆனால் அந்த மழைக்குடை அடியில் தான் எஸ்தெரின் குளிர்ந்த சடலம் மேல்நோக்கிய கண்களால் எதையோ பார்த்தபடி கிடந்தது. அந்த குடையின் கட்டி முடியாத கூரையை பார்த்து கொண்டே அவள் பொய் சேர்ந்துவிட்டாள். அதிகாலை ஆறு மணி இருக்கும்.

"கட்டுவிரியன் கடி பொல்லாதது. கக்கூஸ் ஒன்னு கட்டுங்க நா கேட்-டீங்களா," என்று அவன் அம்மா மார்பில் அடித்து கொண்டே அவன் தங்கையை மார்போது அணைத்து கொண்டால். பிரான்சிஸ் ஒரு வாரம் உணவுண்ண வில்லை. அழுது ஓய்ந்த பொழுதேல்லாம் வறண்ட நிலத்-துக்கு தண்ணி பாய்ச்சுவது போல் ஒரு சோம்பு நிறைய தண்ணி அருந்-துவான். ஓரிரு நாட்களில் அவன் அப்பன் கள்ளுக்குடித்துவிட்டு வெள்-ளைகோமணத்துடன் தள்ளாடிக்கொண்டே பாடுவான்.

"என் பொண்ணு குட்டி. இந்த அப்பன் பாவி டி. கர்த்தாவே எனக்கு பாவமன்னிப்பே இல்லையா. ஐயோ."

எஸ்தர் அவன் அப்பாவை போல் ஜாடை. நீண்ட மூக்கு. கரிய நிறம். தீர்க்கமான கண்கள். கர்பகிரஹ அம்மன் சிலை போல் அங்கங்கள். பற்கள் மட்டும் தொழிற்சாலை அலுவலகத்தில் உள்ள மீன்தொட்டியில் உள்ள கூழாங்கற்களை போல் பால் வெள்ளை. ஒரு முறை அவள் கடவா பல் விழுந்த பொழுது அவன் அந்த அலுவலகத்தில் இருந்து ஒரு கூழாங்கல்லை திருடி கொண்டு வந்து திராட்சை ரசம் கொண்டு ஓட்ட முயன்றான்.

"வெளுப்பு அதே தான் எஸ்தெரு. ஆனா கொஞ்சம் பெருசா இருக்கு. அதான் நிக்கல." அவர்கள் இருவரும் சத்தமாக சிரித்தார்கள். அவள் பற்கள் இடையில் ஓட்டை குழி தெரிய சிரித்தாள். நல்ல திறம்வாய்ந்த குட்டி. படிப்பில் கெட்டிகாரி. ஆறாம் வாய்ப்பாடு அத்துப்பிடி. அவளை டாக்டர் ஆகி பாக்க வேண்டும் என்று அவனுக்கு கனவு. கமர்கட்டென்றால் அவளுக்கு. உசுரு.

"சேட்டா கமர்கட்டு," என்று கடைத்தெருவுக்கு செல்லும் பொழுதேல்லாம் கேட்டு வாங்கி கொண்டு பற்கள் இடுக்கில் ஊறவைத்து அதை ரசிப்பாள். "உஸ் உஸ்," என்று எச்சில் தழும்ப அதை குதப்பிக்கொண்டு ஒரு துளி சுவை கூட வீண்போகாமல் உறிஞ்சுவாள். வாங்கி தர மறுத்தால் ஓ என்று அழுவாள். சைக்கிளில் இருந்து இறங்கி அதை பின்னிருந்து தள்ளுவாள்.

"உன்ன வெச்சி தள்ளிட்டு போறேன் ல. கூலியா ஒரு மிட்டாய் வாங்கி குடு சேட்டா," என்று விளையாட்டாக அடம் பிடிப்பாள்.

"வறுத்த படாத மேரி. இது ஆறாவது குட்டி. அவ கர்த்தர் ஓட குட்டியாகும். இதுல கருப்பியும், மீனாவும் பாம்புக்கடில செத்து மூணாவது நாள் உயிர்த்தெழுந்து வந்ததை மாடசாமி பாத்திருக்கான் . மல மேல ரெண்டு வெளுத்த உருவம் மிடந்திச்சுன்னு சாதிக்கிறான் தாயோளி ," என்று பக்கத்துவீட்டு எல்சா அக்கா ஆறுதல் சொன்னால். அதை கேட்டு பிரான்சிஸ் புன்னகை கொண்டான்.

இது என்ன முட்டாள் தனம் என்று தோன்றிய பொழுதும் எஸ்தரை வெளுத்த கௌனில் கற்பனை செய்து பார்க்காமல் இருக்க முடியவில்லை. அவள் கூழாங்கற்கள் போன்ற பற்கள் அந்த மலைமுழுவதும் பனி பிரதேசம் போல் ஜொலிக்கும். அந்த காட்சி ஏனோ அவனுக்கு

சோகம் அளித்தது.

ஆனால் அவர்களுக்கோ எஸ்தெரின் இறப்பிற்கு இரங்கல் செலுத்த கூட நேரமில்லாமல் இயங்கி கொண்டிருந்தார்கள். குடிசையை செரி செய்வதற்குள் அடுத்த வருட வெள்ளம் இன்னும் கடுமையாக இருக்கும் என்று செய்தி வந்தாகிவிட்டது.

பத்து மணி நேரத்தில் தொடங்கி இப்பொழுது பதினான்கு மணி நேர-மாக வேலை நாள் உயர்ந்துவிட்டது. கூலி கூட்டி கேட்ட பொழுது

"உங்களுக்கு தான வே இது பயன் படுது. அப்டினா ஒன்னு செய்-யுங்க. போன மழையப்போ இருந்த நாளுக்கெல்லாம் கணக்கு போட்டு வாடகை கொடுங்க," என்று முதலாளி சொல்லியதாக சுபெர்வைசர் சொல்லிவிட்டான்.

"அவர் சொல்றதும் சேரி தான் வே. கஷ்டம் னு வரப்போ கர்த்தர் மாறி வந்தாரு லே."

"அவர் கோவர்தன கிரி கிருஷ்ணர் ஆக்கும்."

"இருக்கட்டும் வே. எல்லாம் சாமி தானே."

பிரான்சிஸ் குடையின் அடியில் பிடிப்பு பகுதியில் வேலை செய்து கொண்டிருந்தான். அவன் பகுதியில் அவனுடன் இன்னும் ஐம்பது நபர்-கள். அதில் முனியனும் காசியும் மாரடைப்பும் வந்து இறந்துவிட்டார்கள்.

அவன் அப்பனுக்கோ அதன் தலையில் பனி. அது ரெக்ஸின் ஷீட்-டுகள் மற்றும் மெல்லிய ஆஸ்பெஸ்டாஸ் ஷீட்டுகள் கொண்ட கலவை-யால் ஆனது. சற்று சிக்கலான பனி. அங்கும் ஓரிரு சவங்கள். அப்துல், கலை என்று பல பேர். காரணம் சரியாக தெரியவில்லை. ஒருவன் கள் குடித்து இறந்துவிட்டான் என்று செவி வழி வதந்தி மட்டும் பரவியது.

"லே சீக்கிரம் வந்துடனும் லே. நியூஸ் பாத்தீங்க லே. மழை வந்தா காரியம் செய்ய கூட எவனும் மிஞ்ச மாட்டோம். குமரில முந்தாநாள் இருநூறு மில்லி மழை போல. நான் சொல்லிட்டேன் பா," என்று சுபெர்-வைசர் சிலிர்த்துக்கொண்டான்.

சோற்றுப்பொட்டலத்தை பிரித்த பொழுது பிரான்சிக்கு எஸ்தெரின் நினைவு வாட்டியது. உப்பில் ஊறிய குலத்து மீனும் பழைய கஞ்சியும் அவளுக்கு உசுரு. முள்ளை அவன் விலக்கி குடுத்தாள் அவள் பளிச்சி-டும் கூழாங்கல் பற்கள் இடையில் அதை அசைபோடுவாள். இருவிரல்-களை பற்கள் நடுவே சிறை பிடித்து உரிந்து கொண்டே அவன் சொம்-பில் கஞ்சி ஊற்றுவாள்.

"வெரசா வா பிரான்ஸி. ஜோலி அப்டியே கெடக்கு," என்று அவன் அப்பன் அவனை கனவில் இருந்து உசுப்பி விட்டு போனான். அன்று சற்று வேலை அதிகம். பனி முடிய இரவு எட்டு ஆகி விட்டது. இன்னும் மழை காலம் பிடிக்க இரு மாதங்கள் தான் எஞ்சி இருந்தது. இருவர் இறந்ததால் அவன் மீது சற்று அதிக பொறுப்புகள் விழுந்தன.

"நீ போ பு. நா வந்துக்கிடுவேன்," என்று சொல்லி விட்டு அவன் தொடர்ந்தான். பனி முடிந்து வெளியே வந்த பொழுது ஒரு மென்மழை பிடித்திருந்தது. மழை என்றாலே ஒரு வித கசப்பு எழுந்தது. பழக்க பட்ட இருட்டு சாலையில் சைக்கிளை செலுத்தினான். வளைவில் கும் இருட்டு. குத்துமதிப்பாக ஓட்டிக்கொண்டு சென்றான். மழை நன்றாக பிடித்துவிட்டது. பள்ளம் மேடு என்று பார்க்காமல் சைக்கிள் சென்றது. அவனுக்கு ஏனோ ஒரு இனம் புரியாத பயம் எழுந்தது. கண்களை சுருக்கி பார்க்கையில் தூரத்தில் அந்த மலை அருகே ஏதோ ஒரு ஒளி வீசியது. அது அவன் குடிசைக்கு பக்கம் உள்ள மலை தான்.

"அத புடிச்சுகிட்டு போக வேண்டி தான்," என்று மனசில் எழுந்த தெம்பை பிடித்து கொண்டு வேகமாக மிதித்தான். வீடருகே வருவதர்குள் உடலெல்லாம் முழுமையாக நினைந்து விட்டது. மழை நீருடன் பயத்தில் எழுந்த வேர்வை வாடை கலந்து அவனுக்கு குமட்டல் எழுப்பியது.

"எம்மொ கஞ்சி எடுத்து வேய்," என்று கூவி கொண்டே அவன் சைக்கிளை நிறுத்தினான். மரத்தைடியில் உள்ள துண்டை எடுத்து முகத்தை துவட்டிக்கொண்டே அந்த மலை உச்சியை பார்த்தான். அந்த ஒளி இப்பொழுது தென்பட வில்லை. அது என்ன என்று கூட ஊகிக்கும் எந்த தடயமும் இல்லை. தலை ஆட்டி கொண்டே துண்டை தோளில் போட்டு கொண்டு உள்ளே செல்ல தொடங்கினான். ஒரு மெல்லிய புன்னகை அவன் உதடெங்கும் விரிந்தது.

பின் இருந்து 'உஸ் உஸ்," என்று எச்சில் உரியும் ஒரு பழக்கப்பட்ட சத்தம் கேட்கையில் நின்றான். ஒரு நிமிடம் அங்கேயே உறைந்து விட்டான். அவன் புருவங்கள் விரிந்தன.

"உன்ன வெச்சி தள்ளிட்டு போறேன் ல. கூலியா ஒரு மிட்டாய் வாங்கி குடு சேட்டா," என்று தொலைவில் ஒரு அசரீரி ஒலித்தது. மறுமுறை திரும்பிய பொழுது மலை உச்சியில் வெளுத்த கூழாங்கல் போன்ற ஒரு ஒளி.

9

வனமிருகம்

கவிதை தான் உனக்கு உவப்பான மொழி. அதில் ஒரு வித எளிமையும் இளைப்பாறும் அம்சமும் உள்ளது என்று எனக்கு தோணும். அல்ல அது என் பார்வை என்று சொல்லலாம்; இதில் எப்பொழுதுமே நமக்கு முரண் தான்.

"அது ஒரு தெருஓர நாய்க்குட்டி போல. உறுமும் ஆனா ரெண்டு பிஸ்கட் துண்டு போட்டா போதும். வாலாட்டிக்கிட்டு நம்ம பின்னாடி வந்துரும். " என்று நான் சொல்வேன். இதில் உனக்கு சற்றும் உடன்பாடில்லை. விமர்சனம் தான்; மற்றும் உனக்கே தனித்துவமான பாணியில் ஒரு பெருமூச்சு. கேசமற்ற உன் தலையில் எஞ்சி உள்ள ஓரிரு சிறு நிரம்புசா மயிரை பிடித்து கொதி கொள்வாய். அல்லது உன் சிறு கழுத்தின் மடிப்பில் விறல் விட்டு ஊடுருவி உன் தொண்டையை வருடி கொள்வாய். ஒரு வனத்தை கிழித்து ஓடும் ஆறை போல்.

உண்மையில் எனக்கு காவியங்கள் தான் இஷ்டம். அதில் ஒரு வாழ்தல் உள்ளது. நாய்க்குட்டியை போல் அது சிறு துண்டுகளில் நிறைவுகொள்வதில்லை.

அது ஒரு வனமிருகம். காட்டை குடைந்து ஊடுருவிச்செல்ல வேண்டும். நீண்ட மரங்கள், செடிகள், வண்டுகள், நாகங்கள், மதம் கொண்ட ஒற்றை யானை, சீரும் புலிகள், ஊதா நிற பூக்கள், அதில் ஆனந்தம் காணும் வண்டுகள், மரபட்டையில் வாழும் யட்சி தேவதைகள், சொர்கத்தின் வாசல் போல் ஊடுருவும் வெய்யில் கதிர் மற்றும் நான்கு நாள் ஆனபொழுதும் நிக்க மறுக்கும் பெருமழை.

மலையர்கள் கூட தொலையக்கூடும் காட்டின் ஆபத்து அறிந்தும் அதன் ஆழத்தை அடைந்து பார்க்கும் மோகம் கொண்ட பேய் நான். தொலைந்து பதைபதைத்து உயிர் மேல் அச்சம் கொண்டு ஆழ்ந்த இருட்டில் சாத்தானின் குரலுக்கு அஞ்சி அழமறியா காட்டாற்றில் முழுகியபொழுதும் அவ்வனத்துக்கு மறுமுறை செல்வதற்கு தயார் செய்து கொள்பவர்கள் தான் காவியம் வாசிப்பவர்கள்.

இதில் கர்வம் இல்லை என்று நான் சொல்லவில்லை. ஆனால் இதில் எவ்வித அகங்காரமும் இல்லை. முரண்கள் இருந்தும் நாம் கூடுவது உலக நியதி. சலசலத்து இலையெங்கும் ஓசையெழுப்பி மறைந்து வாழும் காற்றை போல் ஒரு கள்வன் நீ. பூத்து நிக்கும் செந்நிற பூக்களில் எஞ்சி நிக்கும் மழை துளி போல் உன் கவிதை இங்கு சமீபத்தில் பெய்த பெருமழையின் சாட்சி. காட்டில் விரும்பி தொலையும் என்போன்ற அகதிக்கு அது ஒரு இளைப்பாறல், ஒரு நம்பிக்கை- இவ்வழியை கடந்த ஒரு வெளி உண்டு. அதில் நாம் ஆடையின்றி அச்சமின்றி வெட்கம் துறந்த தூய்மையில் கூடுவோம் என்று. ஆழ்குகையில் வாழும் பிளாடோவின் நாயகனின் வெய்யிலை போல். ஆனால் காற்றாக புறப்பட்ட நீ எல்லையற்ற இப்பிரபஞ்சத்தில் கலந்து கரைகிறாய். தேனீரை தழுவும் சர்க்கரை போல் உன்னுருவம் எங்கும் எஞ்ச வில்லை. இக்கொடுங்கோல் விஷத்திற்கு அக்கசப்புடன் கலந்த இனிப்பு மட்டும் தான் இங்கு எனக்கு எஞ்சியுள்ள மருந்து.

வேணி தலை நிமிர்ந்து டாக்டரை பார்த்தாள். அவள் உதட்டின் துடிப்பு அடங்க வில்லை. ஒரு கையால் இன்னொருகையின் மணிக்கட்டை பிடித்து கொண்டாள். அவள் கை குளிர்ந்து இருந்தது. அதில் அவள் ஏங்கும் வெப்பும் எங்குமே இல்லை. மணிக்கட்டில் வளர்ந்து நிக்கும் தடித்த உருக்கொண்ட வெட்டுக்காயத்தை வருடி கொண்டாள். அது அவளுக்கு ஆறுதல் தந்தது. அதன் அமைப்பு அவள் சருமத்தின் சராசரி வழவழப்பை போல் இல்லை. காட்டில் உழைக்கும் ஆண்பிள்ளை போல் கரடுமுரடான சருமம். அதை அழுத்தி வலியூட்ட முற்பட்டாள். ஆனால் அது ஒரு யுகத்துக்கு முன் நிகழ்ந்த போரின் எச்சம். அவள் அச்சனுடன் நிகழ்ந்த போர். அக்கசப்பின் ஆதாரமாக இன்று இவ்வொரு தழும்பு தான் மிச்சம். அதில் இப்பொழுது உயிரில்லை. செயலிழந்த புற்றுநோயை போல் அது அவள் உடலில் ஒரு அம்சம். அதன் உயிரின்மையை நோக்கிதான் அவளும் பயணித்து கொண்டிருந்தாள்.

கருப்பையில் வலி ஓங்கி இருந்தது. சிறு அசைவிற்கும் அது துடித்தது. ஆனால் அவ்வலி உடல்சார்ந்ததா அல்ல அவள் அகத்தில் எழும் வலியா என்று அவளுக்கு விளங்க வில்லை. அழ ஆசைப்பட்டாள். ஆனால் அழுகை வரவில்லை.

" இம்முறையும் புள்ள தவறிடிச்சு வேணி. நான் உன்ன நல்ல சாப்பிட சொன்னென் ல. பின்ன என்ன இது. உன்ன காப்பாத்தவே ரொம்ப கஷ்ட பட்டோம். அந்த கர்த்தர் தான் உன்ன ரட்சிக்கணும் " டாக்டர் அவள் கழுத்தில் தொங்கும் சிலுவையை பற்றி பெருமூச்சுடன் கண்முடினால். அதை பிடித்து அவள் கழுத்தை திருகி முறிக்க வேண்டும் என்று வேணிக்கு தோன்றியது. ஒரு இஷ்டமற்ற சிரிப்புடன் அவள் படுத்து கொண்டாள்.

"கிரி.." என்று டாக்டர் கேட்டாள். சம்பிரதாயமான ஒரு கேள்வி. இருப்பினும் அது ஏதோ ஆழத்தில் உலர்ந்த ஒரு புண்ணை நகத்தால் கீறி சீழ் ஒழுக வைப்பது போல் ஒரு வலி நிறைந்த நிறைவை தந்தது.

"அரியில்ல," என்று பதில் சொன்னாள். ஒரு வரி தான். பல காலமாக சொல்லும் பதில். அதுவும் வார்த்தை சரியாக வெளி வர வில்லை. ஒரு முறை தலையாட்டி விட்டு டாக்டர் கிளம்பி விட்டால். அது அரசு மருத்துவமனை. அங்கு பல நோயாளிகள் அவளுக்காக காத்திருந்தார்கள்.

கிரி.

அவன் எங்கு என்று ஆறு மாதங்களாக தெரியவில்லை. சிலர் அவன் கடன் தாங்காமல் காசிக்கு ஓடிவிட்டான் என்றார்கள். ஒரு சிலர் அவன் காட்டில் வசிக்கும் ஏதோ ஒரு பெண்ணுடன் தொடர்பில் இருக்கிறன் என்றார்கள். குட்டப்பன் அவன் கிருத்துவத்துக்கு மதம் மாறி கேரளத்துக்கு ஓடிவிட்டதாக சொன்னார். மற்றுமொரு பக்கம் அவன் தற்கொலை செய்து கொண்டான் என்று...

"எங்க டி உன் புருஷன். பொட்ட நாயே. உள்ள இருந்த வர சொல்லு. காசு மிச்சம் உண்டு பொண்ணு. ஓடி பொய் என்று சொல்லுதாங்க. என் காச நீயா டி கொடுப்ப பட்டிமோளே. செகப்பா இருந்தா கூட லாரிக்காரன் கிட்டப்போய் விரிக்கலாம். இக்கருத்த உடல் எவனுக்கு டி வேணும். தாயோளி நாயே," கடன் கொடுத்த சங்கரன் சத்தம் போட்டுவிட்டு போனான்.

வேணி விம்மி அழ தொடங்கினாள். அப்பொழுது அவளுக்கு ஏழு மாசம். வயிறு சிசுவால் நிறைந்திருந்தது. கிரி காணாமல் பொய் நாலு மாசத்துக்கு மேல் ஆகி இருந்தது. மழை காலத்தின் தொடக்கம். போலீசில் இருந்து எந்த தகவலும் இல்லை. மஞ்சள் விளக்கடியில் அவள் அவள் ஆடியை கண்ணாடியில் பார்த்து கொண்டிருந்தாள். மாசு நிறைந்த கண்ணாடி. பராமரிக்க பணம் இல்லை. அவள் திருமண சீருக்கு வந்ததாக நினைவு

அவள் கரிய நிற சருமம் எங்கும் வேர்வை வழிந்தோடியது. அவளை கண்டு அவளுக்கே அழுகையும் கழிவிரக்கமும் வந்தது. நெருப்பினால் அவள் தேகமெங்கும் கொழுந்துவிட்டு எறியவேண்டும் போல் தோன்றியது. அத்தீயில் அவளை பிடித்த நஞ்சுகள் மறைந்து அவள் தூய்மையடைவாள்.

" நீ ஏற்கனவே தீயிலே சுட்ட இறைச்சிப்போல் தான் டி இருக்க குட்டி. இம்மாபிள்ளைக்கே நம்ம சக்தி மீறி ரொக்கமும் நகையும் போடுதோம். கரையாத மோளே. இனி படிப்போண்டும் வேணாம் கேட்டுக்கோ. பொண்ணுக்கு அழகு கல்யாணம் தான் டி, " அவள் அம்மா சொன்ன வார்த்தை நினைவுக்கு வந்தது.

"நீ ஏற்கனவே தீயிலே சுட்ட இறைச்சிப்போல் தான் இருக்க," அவ்வரியை அவள் அவள் அகத்தில் திருப்பி போட்டு ஒரு காஸெட்டை போல் மீள்வாசித்து வாசித்து அழுதாள். ஒரு ஒரு முறையும் ஒரு புதிய படிமத்தை ஒரு இசை கலைஞன் கண்டடைவது போல் கண்டடைந்து வெடித்து அழுதாள். வயிற்றை பிடித்து கொண்டு தேவதேவனின் கவிதை ஒன்றை எடுத்து வாசித்தாள். அது அவளுக்கொரு ஆறுதல் கொடுத்தது. அவளுக்கு நாவல்களில் தான் நாட்டம். ஆனால் இம்மனநிலையில் அவளுக்கு வாசிக்க விருப்பமோ பொறுமையோ இல்லை.

வெறுமையை
அளந்து அளந்து கொட்டும் முயற்சியாய்
முடிவற்ற வட்டங்களில்
மூழ்கியிருந்தது விண்வெளியில் ஒரு பருந்து

அவ்வரி முடிவில் அவள் எழுதிய குறிப்பொன்று இருந்தது. அக்காலத்து ஆசைகள். அவ்வாழ்க்கையை ஒரு முறை திருப்பி பார்க்க முயன்றால். ஆனால் அந்நாட்களில் இருந்து எதுவும் அவள் நினைவில் இல்லை. வெறுமை மட்டும் தான் எஞ்சி இருந்தது . காலச்சக்கிரத்தை

திருப்பி பார்த்து சுகம் காண அவளுக்கு தெம்பும் ஆற்றலும் மங்கி விட்-டது.

வேணி இறங்கி ரோட்டில் நடக்க தொடங்கினாள். மழை ஓய்ந்தது பாதை எங்கும் குட்டைகள் இருந்தது. முந்தானையில் இருந்த மிச்சக்-காசை டாக்டர் இடம் கொடுத்து விட்டாள். இப்பொழுது கனமற்ற அவள் உடலும் இப்பழுப்பு நிற சேலையும் மட்டும் தான் அவளிடம் இருந்தது.

சாலையோரம் விழுந்து கிடந்த உதிரி பூக்கள் ஒவ்வொன்றாக வேணி மிதித்து சீரழித்து கொண்டே நடந்தாள். இறந்த பின்னும் அதை சித்திர-வதை செய்து அழகை சிதைப்பதில் அவளுக்கு ஒரு மெல்லிய புன்னகை ஏற்பட்டது. மனதை இறுக்கிப்பிடித்திருந்த ஏதோ ஒரு பாரம் குறை-வதை போல் லேசாக உணர்ந்தாள். அவ்வுணர்ச்சியை கண்டு அவளுக்கு அவள் மேல் வெறுப்பு கூடியது. அவள் வாசித்த காவியங்கள் எதுவும் இத்தீமையில் இருந்து அவளை ரட்சிக்கவில்லை. ஆனால் அவள் வாழ்வொன்றும் காப்பியம் இல்லை அறம் கடைக்கொண்டு வாழ்வதற்கு என்று சொல்லி ஆறுதல் தேடிக்கொண்டாள்.

அவள் வயிறு காட்டு சிறுத்தை போல் உறுமி கொண்டிருந்தது. பசி என்னும் உணர்வு அவளுக்கு எப்பொழுதும் தோன்றியதில்லை.

"வேணி பட்சணம் கழிக்கான மோளே. பொன்னுக்குட்டி நா நல்ல சதைபிடிக்கணும்," என்று அவள் அம்மா சொல்வது வழக்கம்.

ஆனால் அவளோ மெலிந்த தீக்குச்சி போல் இருப்பாள். எப்பொழு-தும் இரு வாய் சோற்றுக்கு மேல் இறங்காது. கறித்தூண்டும் கொஞ்சம் தான். அவள் அம்மையின் ஆசைக்காக.

இன்றோ ஒரு மலைப்பாம்பை போல் அவள் வயிறு பின்ன தொடங்-கியது. இறந்த சிசுவின் வெற்றிடத்தை நிரப்ப அவளுக்கு உணவு தேவைப்பட்டது. காட்டுநீலியை போல் படையலுக்கான ஆசை அவள் அகம் எங்கும் பரவ தொடங்கியது.

கறிவாங்குவதற்கு காசில்லை. கஞ்சி வெக்கலாம் என்று நெனச்சாள் வீட்டில் இருந்த அரிசியும் காலியாகி விட்டது. மண்டியிட்டு பிச்சைக்-கேக்க அவளுக்கு கூச்சமாக இருந்தது. ஒரு வாரம் பசி அவளை போட்டு வாட்டினால்தான் அந்த கூச்சம் விலகும்.

‘‘கிரியேட்டா எங்க போயி’’ என்று அவள் மனதில் அக்கேள்வி மறு-முறை ஒலித்தது. ஆனால் அது அவனுக்கான தேடல் அல்ல.

“அவன் இங்கிருந்தால் அவன் கஞ்சியில் விஷம் வெச்சிட்டு நானும் பசில மரிக்கும்”

சாலை ஓரத்தில் நின்று அவ்வழி வந்த லாரி ஒன்றில் ஏறி கொண்டாள். டிரைவர் அவளை ஏறிட்டும் பார்க்க வில்லை. அவன் முகம் எங்கும் அருவருப்பு தான் படர்ந்திருந்தது. அவன் கையை எடுத்து அவள் மெலிந்த தொடையில் வைக்க வேண்டும் என்று அவளுக்கு தோன்றியது. வெறும் எலும்புகள் எஞ்சி உள்ள அவள் கரிய நிற தொடை.

அவள் அவளுக்குள் மென்மையான ஒரு சிரிப்பு சிரித்து கொண்டாள். அரைமணி நேர பயணத்திற்கு பிறகு இறங்கி சரிவில் நடக்க தொடங்கினாள். கருநிற மேகம் வானத்தை ஒரு கதவு போல் மூடி இருந்தது. ஊருக்கு செல்லும் பேருந்தில் ஏறி நின்றுகொண்டாள். மகளிருக்கு இலவசம் என்று யாரோ எப்பொழுதோ சொல்லி இருந்தார்கள். ஆஸ்பத்திரிக்கு தவிர அவள் எங்கும் போனதில்லை. முதலில் கிருஷ்ணனின் கருத்தரித்த பொழுது பேருந்தில் சென்றாள். அது அவர்கள் முதல் குழந்தைக்கும் யோசித்த பெயர். ஆன் என்றால் கிருஷ்ணன், பெண் என்றால் ரூபா.

அப்போது கிரிக்கு ஒரு சாயா கடை இருந்தது. வருமானம் அளவாக தான் வந்தது. இது புயலுக்கு முன்.

பேருந்து வளைவுகளில் கூர்மையாக திரும்பி சென்றது. வேணிக்குவாந்தி வருவதுபோல் இருந்தது. ஆனால் வயிற்றில் ஒன்னும் இல்லை. அவள் ஸ்தலத்துக்கு முன்பே அவள் இறங்கி கொண்டால். இன்னும் நேரம் உண்டு என்று கூவும் கண்டக்டரின் குரலை அவள் பொருட்படுத்தவில்லை.

அடர் காட்டு வழி. காட்டின் ஓசைகளும் ரீங்கரிக்கும் சப்தங்களுமாக இருந்தது. சாலைமுனையில் வண்ணம் பூசி எண் குறிக்க பட்ட செந்நிற மரங்கள். புளித்த நாற்றம் கொண்ட அழுகிக்கொண்டிருக்கும் பழைய தளிர்கள். தூரத்தில் ஒரு அருவி ஓடும் சத்தம்.

அதற்கு அப்பால் அடர் சோலை. உள்ள செல்ல செல்ல கருமை கூடி கொண்டிருந்தது. கருமையில் பல வண்ணங்கள் இருப்பது காடும் மனிதனும் நமக்கு கற்பிக்கும் பாடம்.

தலையை முடிந்து கொண்டு வேணி காற்றில் இறங்கினாள். சோலையின் ஈரமான முறவெளி சிறிது கஷ்டத்திற்கு பின் அவளை

உள்ளே கொண்டு சென்றது. ஊடுருவும் சூரிய ஒளியில் அவள் உணவு தேடினாள். காட்டு பழங்கள், இலைகள், வண்டுகள், முயல்கள் என்று அவள் கரிய விழியை உருட்டி உருட்டி தேடினாள். அக்காட்டின் எல்லையற்ற பசிக்கு அவளும் ஒரு இறை என்று அவள் அறிந்திருந்தாள். கற்கால மனிதனை போல் அவளுக்கு இழக்க ஒன்னும் இல்லை. வனமிருகம் போல் ஒரு வாழ்வு. எத்திசையிலும் மரணம் காத்துக்கொண்டிருந்தது. காவியம் போல் விரிந்தோடும் காட்டில் அவள் காலடி ஓசை கேட்கவேயில்லை.

காலம் அதன் தலைமேல் பிரண்டு கர்பகிரஹ சிசுவை போல் புரண்டு ஓடியது. நேரம் மரமெங்கும் ஒரு தேவாங்கு போல் தாவி குடித்து விளையாடிக்கொண்டிருந்தது. சூரியன் இறங்கும் வேளை வந்த பொழுது காட்டின் இலைகள் எங்கும் காற்றின் ஓசை ஒரு இளைப்பாறும் கவிதை போல் துள்ளி ஓடியது. அது அவளுக்கு மற்றும் ஒரு தேவதேவன் கவிதையை நினைவூட்டியது.

பொழுதுகளோடு நான் புரிந்த
யுத்தங்களையெல்லாம் முடித்துவிட்டு
உன்னருகே வருகிறேன்

அப்பூக்களில் தேங்கி நின்ற மழைத்துளி கோவில் தீர்த்தம் போல் வேணியின் தலைநனைத்தது. அக்காட்டில் பெய்த பெருமழை ஓய்ந்திருந்தது.

10

இரு தலைமுறைகள்

எனக்கு நாற்பத்திமூன்று. அவளுக்கோ வயது நாற்பது. இருவருக்குமே இளம்பருவத்திலே திருமணமாகியிருந்தது. என் கணவனுக்கு அரசு வேலை. சுகாதாரத்துறையில் சூப்பர்வைசர். அளவான சம்பளம். ஆனால் குடித்தாளாமல் குடல் அழுகி போய்ட்டான். மூன்று வருடங்கள் ஆகியிருந்தன.

அவள் கணவனோ உக்கடத்தில் பூக்கடைவைத்திருந்தார். பெயர் அப்துல். இதயநோய்க்காரணமாக ஆஸ்பத்திரியில் இருந்த வாப்பாவை காணபோனபொழுது கலவரத்தில் எரித்து கொல்லப்பட்டார். சம்பவம் நடந்து ஆறு ஆண்டுகள் ஆன பொழுதும் அவளுக்கு ஏன் என்று இன்னும் விளங்கவில்லை.

'ஒரு போலீஸ்காரனை வெட்டிப்புட்டாங்க கா. என்ற ஊடு தெருவெல்லாம் ஒரே கலவரமாக்கும். அப்போல்லாம் ஏது இந்த செல்போன். அவர கூட்டியார சொல்லி ஆஷிக்க அனுப்பினேன்,' இது முடிவதற்குள் உடைந்து அழுதுவிட்டாள். அப்போது தான் நான் அவளை முதல் முறை அணைத்து கொண்டேன். ஒரு பெண்ணுடல் இன்னொரு பெண்ணுடலுடன் இணையும் நிகழ்வு. அவள் முதுகு வழுவழுப்பாக இருந்தது. ஏதோ பலா சொளைப்போல் சருமம். ஆண் விரல்கள் அதிகம் தீண்டப்படாத மழலைபோல் உடல். அப்பொழுது எனக்கு சற்று கூசியது. ஏதோ நாகம் பாய்வது போல் என் முதுகு தண்டில் ரசாயனம் பாய்வதை உணர்ந்தேன். என் புடவை மடிப்பில் அவள் கண்ணீர் துளிகள் இரத்தம் போல் ஊறியிருந்தது.

நாங்கள் நாடார்கள். கன்னியாகுமாரி பூர்வீகம். ஆனால் அவரின் பணிநிமித்தமாக இங்கு சென்னையில் தான் வசித்துவந்தோம். பேகமும் இரண்டாண்டாக இங்குஎன்னுடன் தான் வசித்து வந்தாள். வட்டாரவழக்கு மற்றும் பழக்கம் முற்றிலும் அகன்ற நகரவாசிகள். ஆனாலும் இந்நொடியில் இந்த மத ஜாதி வேற்றுமை என்னை பதற செய்தது. நான் அருவருப்பாக உணர்ந்தேன். அதன் சலுகையோ சோதனைகளோ அகன்றபோதும் அதுஎன்னையோர் வெறிகொண்ட நாய் போல் துரத்தி வந்தது. பெண்ணுக்கு சாதியிலிருந்து மீட்பே இல்லை என்று எண்ணி அழுகை வந்தது. ஆனாலும் இன்று நான் அதை கடந்த ஓர் தவறில் ஈடுபட்டுக்கொண்டிருக்கிறேன் என்றெண்ணி மெல்ல புன்னகைத்தேன். தடைசெய்த செயல்களை அத்துமீறுவதில் தான் பெண் ஆனந்தம் காண்கிறாள். என்ன இருந்தாலும் என்னுள் ஏவாளின் ரத்தம் தானே ஓடுகிறது. என் புன்னகை சற்று குரூரமானது.

மூன்றாண்டுக்கு முன் பிரியா என்னிடம் ஆஷிக் உடன் வந்து நின்றாள். குமரகுரு கல்லூரியில் பொறியியல் படிக்க போயிருந்தால். கடைசி ஆண்டு தொடக்கத்தில் அவள் தந்தை குடல் அழுகி இறந்திருந்தார்.

"அம்மா இது ஆஷிக். என் கிளாஸ்மேட்."

நான் ஒருவாறு ஊகித்திருந்தேன். இருவருக்கும் சென்னையில் ஒரு மின்பொருள் நிறுவனத்தில் கேம்பஸ் தேர்வு ஆகி இருந்தது.

ஆஷிக் அவளை விட சற்று உயரம். சற்று வெளுத்த நிறம். பேகத்தை போல் அல்ல. அவள் சற்று மாநிறம் கடந்த பழுப்பு. என்னை போல். நாங்கள் இருவரும் டெரகோட்டா சிலைகள் போல் இருப்போம். இன்னும் கச்சிதமாக சொல்லவேண்டுமென்றால் குப்தர்கள் காலத்து விஷ்ணு சிலைகள்போல்.

அந்நிறம் அவன் வாப்பாவிடம் இருந்து வந்திருக்க வேண்டும். உயிருடன் எரிந்து கருகிப்போன அபொன்மேனியின் துடிப்பை நான் அவ்வப்பொழுது உணர்வதுண்டு. ஒரு முறை பள்ளிப்பருவத்தில் என் அம்மா எனக்கு சூடு வைத்திருந்தால். பழுக்க காய்ச்சிய கரண்டி. அத்தழும்பு என் காலில் இன்றும் உள்ளது. பதினெட்டு வருஷத்துக்கு பின்பு இவ்வீட்டில் நான் தற்கொலை செய்து கொள்ளலாம் என்று துணிந்தபோதும் நான் விஷம் குடிக்கதான் விழைந்தேன். தீவைத்துக்கொள்ள என் மனம் தைரியம் கொள்ளவில்லை.

அன்று வைத்தியர்கள் என்னை காப்பாற்றிவிட்டார்கள். அப்பொழுது பிரியா வுக்கு பத்து வயது. காலம் ராஜநாகத்தை போல் வழிந்தோடி கொண்டே தான் இருக்கிறது. அது குறிவைத்த நாகங்களால் தப்பியோடவே இயலாது.

பேகத்தின் கதையை ஆஷிக் சொன்னான். சம்பவத்தின் பொழுது அவனும் பள்ளி தான் படித்து கொண்டிருந்தான். துபாயில் உள்ள அவன் மாமா தான் அவனுக்கு கல்லூரிசேர உதவியிருக்கிறார்.

"அம்மா தனியாக தான் கோவையில் இருக்கிறாள்."

அவர் இறந்து ஓராண்டு தான் கழிந்திருந்தது. ஆனால் அதிலும் ஒரு நன்மை. ப்ரியாவின் காதலுக்கு இப்பொழுது தடைகள் இல்லை. எங்களுக்கு சொந்தங்கள் என்று சொல்லி பெரும் எதிர்ப்புகள் ஏதும் இல்லை. அவரின் அண்ணன் கலப்பு திருமணம் தான். தாய் தந்தை இல்லை. பூர்வீகத்தில் கள்ளிறக்கும் தொழிலில் தான் இருந்தார்கள். பிறகு நாடார் சங்கம் வளர்ந்த பொழுது அது கை விட்டு போயிருந்தது. வெறும் வறுமை தான் எஞ்சியதால் நிலப்பிரச்சனை ஏதும் இல்லை. எங்கள் வீட்டிலோ எனக்கு பேச்சு வார்த்தை அறுபட்டு பல ஆண்டுகள் ஆகி இருந்தன.

பருவ மழை தொடங்கி கொட்டிக்கொண்டிருந்த ஓர் சனிக்கிழமை அன்று பேகம் என் வீட்டுற்கு வந்தாள். ஆஷிக்கும் ப்ரியாவும் அவர்கள் நிறுவனத்துக்கு அருகில் வீடு வாடகை எடுத்து தங்க முடிவு பண்ணிருந்தார்கள். இரு தனி மூதாட்டிகள் என்பதால் நாங்கள் இங்கு ஒன்றாக இருக்கலாம் என்று ஒரு யோசனை. ஆஷிகுக்கும் வந்து அவன் அம்மாவை பார்க்க தொலைவில் அவள் இருந்தால் வசதி தான். ஒரு சிறிய பொட்டி. கரிய நிறத்தில் மூன்று பருதாக்கள். அவ்வளவு தான் அவள் மொத்த சொத்தும்.

அவருக்கு வந்த பென்ஷன் மற்றும் ப்ரியாவும் ஆஷிக்கும் குடுத்த காசில் நாங்கள் வாழ்ந்து வந்தோம். இதை தவிர பேகம் டைலரிங் வேலை செய்து அதில் ஒரு சொற்ப தொகை பெற்றாள். கணவர் இறந்த பிறகு எவருக்கும் பாரமாக இருக்கக்கூடாது என்று ஒரு வைராக்கியம் என்று தான் எனக்கு தோன்றியது.

ஒரு ஆறு மாத காலம் நாங்கள் பெரிதாக பேசிக்கொள்ளவில்லை; முற்றிலும் பசங்கள் குறித்த பேச்சு தான் ஓடும். அதுவும் சொற்பமான வார்த்தைகள் தான்.

"எப்போ பேரன் பாக்க போறோம்"

"அவுகளுக்கு வீடு வாங்குத எண்ணம் உண்டா"

"அங்க ஆஸ்பத்திரி லாம் இருக்குமா"

அவ்வப்பொழுது அவள் விரல் என் மேல் தொடும் பொழுது எனக்குள் ஒரு வித சிலிர்ப்பு ஏற்படும்.கூசி முஷ்டியை பிடித்து கொள்வேன். பள்ளி மாணவனின் முதல் முத்தத்தை போல் அவ்வுணர்வு என்னை ஆட்கொள்ளும்.

" இது சரியில்ல ஈஸ்வரி," என்று என்னை நானே கடிந்து கொள்வேன். அதன் பிறகு ஒரு ஒரு வாரம் முழுவதும் அவளிடம் இருந்து விலகி இருப்பேன்.

அவளும் இதே போல் என்னிடம் இருந்து விலகியிருப்பதாக எனக்கு தோன்றும். அவளுக்கும் அவ்வுணர்வு தோன்றியிருக்குமோ என்று எண்ணி நான் புன்னகைத்துக்கொள்வேன்.

கடவுளை கைவிடும் நாத்திகனை போல் அந்த உலகிற்குள் நான் மெல்ல ஊடுருவி சென்றேன். என் விரலை அவள் கைமேல் உரச தொடங்கினேன். சில வினாடிகளில் தொடங்கி அரைநிமிடம் வரை அதை நீட்டிக்கொண்டு போனேன். காமத்தை கண்டடையும் சிறுமியை போல் அதில் குற்றவுணர்வு கலந்த ஒரு சுகம் இருந்தது.

அவள் தையல் மிஷினில் நான் ப்ளௌஸ் தைக்கும் பொழுது அவளும் என் பக்கத்தில் அமர்வாள்.

"இப்டி பண்ணுங்க ஈஸ் அக்கா," என்று சொல்லும் பொழுது அவள் கால் விறல் என் கணுக்காலை வருடும். ராமன் கால்பட்ட அக்லியைபோல் என்னுள் சாபம் விலகி உணர்வு பொங்க தொடங்கும். அவள் மெல்லிய உதட்டோரம் ஒரு சிறு புன்னகை ஓசையின்றி உள்நுழையும் - கள்வனை போல். அதை அறிந்தும் அறியாதவள்போல் நான் வெட்கி மௌனமாவேன்.

அவள் எனக்கு பிரியாணி செய்ய சொல்லிக்கொடுத்தாள். நான் அவளுக்கு தேங்காய் அரைத்து ஊற்றிய கோழி குழம்பு வைத்து கொடுப்பேன்.

கொசுமருந்தை போல் ஒரு பதற்றம் எங்கள் வீடெங்கும் காற்றில் ஆடும்; காளிதாசனின் மேகம் போல்.

இதெல்லாம் அன்று அவள் உடைந்து அழுதபொழுது முற்றிலும் உச்சத்தைஅடைந்தது.

"உயிரோட எரிச்சிட்டாங்க கா. அவர் ஒன்னும் பண்ணல. ஏதோ மத கலவரம். வெளிய போக வேணாம் தான் சொன்னேன்,"

அன்று தான் நான் உணர்ந்தேன். தொடுகைக்கு பெரிதும் பழகாத அவள் மழலை சருமம். மேடுகள் ஏதும் அற்ற மெலிந்த உடல். என்னுடலோ வன்முறைக்கு பழகிய கடிந்த சருமம். போர்விரனை போல் அங்கங்கு தழும்புகள்- தீ காயங்கள், பெல்ட் அடிகள் என்று சலித்துப்போன உடல். முதலையை போல் அருவருப்பூட்டும் சருமம்.

காமத்துக்கு எங்கும் இரு உடல்கள் சந்திப்பதில் என்றும் ஒரு அபாயம் உள்ளது. மதயானை போல் நாங்கள் உறுமி எழுந்தோம். அவள் பருதாவை களைத்து நான் அவளை பாயில் வீழ்த்தினேன். அவள் முகமெங்கும் முத்தமிட்டேன். மெல்லிய முனகலுடன் அவள் உடல் என்னை ஏற்றுக்கொண்டது. புதியஉணவை சுவைக்கும் விருந்தாளியை போல் ஒரு ஆச்சரியம் நிறைந்தது.

அவள் கண்களில் கண்ணீர் வழிந்தோடியது; அவள் மதத்தின் நெறியை முற்றிலும் மீறிய ஒரு குற்றவுணர்வு. துடிக்கும் அவள் இதழ்களில் நான் என்னுதட்டை அழுத்தினேன்- அவள் வேண்டாம் என்று சொல்லிவிடுவாளோ என்று அஞ்சி நான் வெகுநேரம் அங்கிருந்து விலகவில்லை.

ஆனால் அவளும் ஒரு பெண் தான். பெண்ணுக்குரிய எல்லைமீறும் கவர்ச்சி அவளையும் ஆட்கொண்டது. காமத்திற்காகமட்டுமே கொள்ளும் காமத்தை நாங்கள் முதல் முறை அறிந்தோம். அதுவரை நிகழ்ந்ததெல்லாம் சலிப்பூட்டும் குழந்தைக்கான முழற்சியும் அதன் வெற்றிதோல்விகள் மட்டுமே.

அகழாய்வாளர்கள் போல் எங்கள் உடலெங்கும் நாங்கள் பயணித்தோம்; குருடனை போல் தொட்டு உறுப்புகளில் வாழும் மிருகங்களை கண்டடைந்தோம்.

" அக்கா," என்று பேகம் கூப்பிட்டாள். நிர்வாணமாக நாங்கள் படுத்திருந்தோம். வெளியில் மழை கொட்டும் சத்தம் கேட்டுக்கொண்டிருந்தது. அவ்வார்த்தையில் நான் கூசிப்போனேன். அச்செயலில் உண்மையில் பிழையுள்ளதோ என்றெண்ணி அஞ்சி சற்று விலகினேன். ஆனால் அவள் ஒரு நாய்க்குட்டியை போல் என்னருகில் வந்தாள்.

" ஈஸ்வரி என்று கூப்பிட எனக்கு கூச்சமா இருக்கு"

"கொஞ்ச நாள் தான் டி. பழகிடும்."

"நம்ம செஞ்சது தப்பா கா."

"அக்கா சொல்லாத."

என் முதுகெலும்பு சிலிர்த்தது. எனக்கு அச்செயலின் அறம் விளங்கவில்லை. ஆனால் அது தர்க்கத்தை மீறிய ஓர் உலகம் என்று எங்களுக்கு தெரியும்.

அதன் பின் ஒரு மாத காலம் நாங்கள் செரியாக பேசவோ தொட்டுக்கொள்ளவோ இல்லை.

அச்செயலில் ஏதோ தவறுள்ளது என்று எங்கள் அகத்தில் ஒரு கூச்சல் ஏற்பட்டு அதற்கு நாங்கள் எங்களை தண்டித்துக்கொண்டிருந்தோம். அது உண்மையில் முதல்முறை புகைபிடிக்கும் சிறுவனின் நெருக்கடிபோல். சாத்தானின் ஆண்மையை உணர்ந்து அவனை தழுவிக்கொள்ள துடிக்கும் பாதிரிமாரின் ஏக்கம்; காட்டை குடைந்து சாலைபோடுவதைபோல் எங்கள் அகம் பழைய நெறிகளை களைந்து புதிய பரிணாமம் கொள்ள தொடங்கிய பருவம்.

ஆனால் குருதி உண்ட காட்டுவிலங்கால் புல் உன்ன முடியாது. தண்டனைக்காலம் முடிந்த குற்றவாளிகள் போல் நாங்கள் தப்பு செய்ய தொடங்கினோம். அது தவறென்ற ஐயம் விலகும் வரை தொடர்ந்தோம்.

போருக்கு பழகும் வீரனுக்கு முதல் கொலை தான் முக்கியமான பாடம்.

இவ்வுலகின் நெறிகளுக்கப்பால் உள்ள ஓர் உலகில் நாங்கள் வாழ பழகிக்கொண்டோம்.

"கோழி வெக்கவா டி," என்று நான் கேட்டேன். பிரியா கடிந்து வேணாம் என்றால். பல மாதங்கள் கழிந்து வந்திருந்தாள். பனி சற்று அழுத்தமாக போகிறது என்று ஊகித்தேன். ஆனால் அவள் வருகை மகிழ்வை விட எரிச்சல் தான் ஊட்டியது.

"அம்மா ஆஷிக் கூட சண்டை. அவன் கூட வாழ முடியாது,"

"என்ன டி சொல்ற. காதலிச்சு தானா கல்யாணம் பண்ணீங்க,"

" இல்ல மா. அவனுக்கு எப்போவும் கோவம் தான் வருது."

நான் மௌனமானேன். பேகத்தின் பார்வையை தவிர்த்தேன்.

ஒரு வாரம் கடந்து ஆஷிக் வந்தான். சற்று சதைபோட்டிருந்தான். அதே திணறல் ஊட்டும் எரிச்சல் உணர்வு.

"பிரியாணி வெக்கவா."

"வேணாம் அம்மி."

"என்ன ஆச்சு. நல்ல சாப்பிடு."

"இல்ல. பிரியா என்ன புரிஞ்சிக்க மாட்டேங்கிறா. அவ இஷ்டத்துக்கு தான் இருக்கா."

"படிச்ச குட்டிங்க நீங்க."

"உனக்கொண்ணும் தெரியாது மீ."

இது பேகத்தின் முறை மௌனமடைய.

ஆஷிக் மேல் தான் தவறென்று அவளும் பிரியமேல் தான் பிழை என்று நானும் எங்களுக்குள் சொல்லிக்கொண்டோம். ஆனால் அந்த முடிவுக்கு நாங்கள் தர்க்கரீதியாக வந்தடைந்தோமா அல்லது நாங்கள் ஒருவர்மேல் ஒருவர் கொண்ட மோகத்தால் வந்தடைந்தோமா என்று தெரியவில்லை.

தாய் என்றுமே தன கருவை விட்டுக்கொடுப்பதில்லை. அந்த உணர்வின் அடிப்படையில் தான் நாங்கள் இப்படி ஆறுதல் அளித்து கொண்டோம் என்றும் தோன்றியது. உண்மையில் நாங்கள் என்ன உணர்ந்தோம் என்று எங்களுக்கு கூட தெரியவில்லை. எந்த செடிக்கு தண்ணிஊற்றுவதென்று குழம்பிய பருவம்.

அந்நாட்கள் என் வாழ்வில் ஏக்கம் நிறைந்த நாட்கள். பேகத்தின் அணைப்புக்கு நான் ஏங்கியிருந்தேன்.

" அல்லாஹ் இருக்காரு. எல்லாம் செரியாகிடும்," என்று அவள் சொல்லும் அந்த வார்த்தைக்கு.

ஆனால் இச்சிறு செயல் கூட காமத்தின் தூண்டுதலோ அல்லது அங்கு கொண்டு சேர்க்குமோ என்று அஞ்சி நாங்கள் தொடவோ பேசவோ இல்லை.

இரவெங்கும் என் உடல் அவள் மார்புகளுக்காக ஏங்கி மெழுகைபோல் எரிந்து உலரும். அவள் உடலின் உஷ்ணத்தை நான் அருகில் உணர்ந்தேன். அவளுக்கும் அது தான் வேண்டும் என்று எனக்கு தோன்றியது. மலைப்பாம்பை போல் ஒரு பசி எங்களை முழுமையாக விழுங்கி உண்டது. இந்நாட்களில் நான் தினம் பள்ளிவாசலுக்கு சென்று ப்ரார்திதுக்கொண்டிருந்தேன். அண்மையில் நான் ப்ரியாவுக்காக ப்ரார்தனைசெய்தேனா அல்லது பேகத்துக்காகவா என்று தினம் யோசிப்பேன். ஆனால் நான் எனக்காக தான் ப்ரார்த்தித்தேன். இந்த ஏக்கம் கடந்த ஒரு நாள் என் வாழ்வில் விடிய வேண்டும் என்று ப்ரார்த்தித்தேன்.

ஒரு ஒரு முறை வரும்தோறும் ஒரு புதிய பிரெச்சனையுடன் அவர்கள் வந்தார்கள். பேகத்துடன் சண்டை போடகூடாதென்று எண்ணி நான் பேச்சுவார்த்தையை நிறுத்தியிருந்தேன். அவளும் டைலரிங் தொழுகை என்று நாட்களை கடந்தாள். மெதுவாக நான் கடவுள் பிரார்த்தனையை கைவிட தொடங்கியிருந்தேன். எனக்கு அதில் நம்பிக்கை மக்கத்தொடங்கியது. எப்படியும் நன்மை நிகழாதென்ற விரக்தியில் இருந்தேன்.

ஆனால் புயலின் வருகையை நாங்கள் இருவருமே அறிந்து அந்த வருகைக்கு காத்திருந்தோம். காலம் அதன் இஷ்ட படிதான் கடந்து வரும். எவ்வித ஏக்கமும் வேண்டுதலும் அதை வேகப்படுத்தமுடியாது.

" நாங்கள் பிரிய முடிவு பண்ணிட்டோம் மா,"

"ஆமா மி. இவகூட வெறும் பிரச்னை தான்."

அன்று நாள் முழுவதும் புயல் அடித்தது. நானும் பேகமும் ஓரமாக உக்காந்து கவனித்தோம். மோசஸுக்கு நிகழ்ந்ததை போல் கடல் விலக காத்திருந்தோம். ஆனால் கடல் விலகவே இல்லை.

நான் பல ஆண்டுகளுக்கு முன் எழுதிய ஒரு கதை நினைவுக்கு வந்தது.

வெள்ளத்தில் அதன் குடிலை பிரிந்து மிதந்து வந்த நண்டு ஒன்று இயேசு விடம் கடல் விலகி குடிலுக்கு திரும்ப வரம் வேண்டி ஜபித்துக்கொண்டிருந்தது.

அப்பொழுது அங்கு ராணுவ துரத்தலை கடந்து வந்த மோசஸும் அவனின் மக்களும் கடவுளிடம் கடல் விலக பிரார்த்தித்தார்கள். அந்நொடியில் ஆச்சிரியம் நிகழ்ந்து அக்கடல் விலகியது.

அதில் ஓடிய இசுரேலியர்களை கண்டு அந்த நண்டு கடும் சினம் கொண்டது.

"நீ மோசஸுக்காக மட்டும் கடலை விளக்கியுள்ளாய். நீ ஒரு பாரபட்சம் பார்க்கும் இறைவன். எனக்கு நீ வேண்டாம்,'' என்று அழுது உடைந்தது. அவ்வழியில் சென்ற மீனவப்பெண் ஒருவள் அதைக்கொண்டு மதியஉணவுக்கு சமைத்து விட்டாள்.

இதை எண்ணி நான் சிரித்துக்கொண்டேன். இன்று அந்த நண்டு ஜபிக்கவில்லை. அதான் மோசஸுக்கு கடல் விலகவில்லை. ராணுவம் கொன்றுகுவித்தபோதும் அந்த கடல் மௌனமாக கொந்தளித்துக்கொண்டிருந்தது. கடலெங்கும் குருதிமிதந்தது.

அவர்கள் விவாகரத்து செய்ய முடிவு செய்தார்கள். பல காரணங்கள், வாய்தாக்கள், குமுறல்கள், கெஞ்சல்களுக்கு பிறகு அப்புயல் ஓய்ந்தது.

பேகத்தை ஆஷிக் கூட்டி சென்று விட்டான். என்னால் ஏதும் சொல்ல இயல வில்லை. பெண்ணுக்கு சாதி மதத்திலிருந்து மீட்பே இல்லை. அது அவளை பிடித்த சாபம், கடைசியாக ஒரு முத்தம் கொடுத்திருக்கலாம் என்ற தவிப்பு மட்டும் என்வாழ்வு முழுவதும் என்னை பின்தொடர்ந்துகொண்டிருக்கிறது.

அன்று பெங்களூரில் ப்ரியாவுக்கு ஒரு அலுவலக மீட்டிங். நானும் கிருஷ்ணனும் கப்பன் பூங்காவில் வேடிக்கை பார்த்து கொண்டிருந்தோம். அந்நிகழ்வு முடிந்து பத்து ஆண்டுகள் ஆகி இருந்தது.

ஊதா நிற பூக்களை கடந்து நாங்கள் வளைவில் திரும்பியிருந்தோம். கனமற்ற மேகங்கள் சூழ்ந்து வானிலை இதமாக இருந்தது.

" இது என்ன இது என்ன பூ," என்று கிருஷ்ணன் கேட்டு தொல்லைபண்ணிக்கொண்டிருந்தான். சுற்றி பல முதியவர்களும் இளம் பெண்களும் உடற்பயிற்சிசெய்துகொண்டிருந்தார்கள். சிவப்பு சேலை போட்டுகொண்டு ஒரு மூதாட்டி கடலை வித்து கொண்டிருந்தாள். சாலையெங்கும் இளநீரும் ஐஸூம் விற்பனையாகிக்கொண்டிருந்தது.

அப்பொழுது தான் அது நிகழ்ந்தது. எதிரில் அவள் வந்தாள். அதே கருப்பு பருதா. அவள் முகத்தில் மூப்பின் சுருக்கம் ஓடியது. கையில் ஒரு வெண்ணிற பொம்மையை போல் ஒரு சிறுமி. ஆனால் அம்முகத்தை நான் எப்பொழுதும் அறிவேன். அதே குழந்தை வடிவம்.

என்னை அவளும் கண்டுகொண்டாள் என்று எனக்கு உள்ளுணர்வு சொன்னது. நான் பெருமூச்சிழுத்து ஏதும் பேசாமல் கடக்க வேண்டும் என்று மனதை பயிற்சி செய்து கொண்டிருந்தேன்.

"ஈஸ்வரி அக்கா தானா," அதே அழகிய மழலையின் குரல்.

" எப்படி இருக்க பேகம்'' என்று நான் கேட்டேன், உள்ளிருந்த மூச்சு அகன்று என் இறுக்கம் விலகியது.

" இருக்கேன் கா. நீங்க இங்க," என்று தயங்கி கேட்டாள்.

"ப்ரியாவுக்கு ஒரு வேல. ஆஷிக் எப்படி இருக்கான்."

"சுகம் கா. இது பேத்தி. பெரு ஆயிஷா," என்று அறிமுகம் செய்தாள். அந்த சிறுமி என்னை பார்த்து வெட்கி முகம் திருப்பி கொண்டாள்.

"இது கிருஷ்ணன். பேரன்," நான் பதில் சொன்னேன்.

"அழகா இருக்கான்," என்று அவன் கன்னத்தை லேசாக கிள்ளி-னாள்.

கிருஷ்ணனும் ஆயிஷாவும் கைகோர்க்க சொல்லி நாங்கள் குழந்-தைகள் இடம் பேசினோம்.

"கை குடு பாப்பாவுக்கு,"

அவன் தயங்கி கை பிடித்தான். பின்பு இரு தலைமுறையாக நீடிக்-கும் சாபத்தை அறிந்தவன் போல் அக்கையை தட்டிவிட்டேன்.

"அவன் அப்படிதான். கொஞ்சம் கூச்சம்,"

"இருக்கட்டும் கா. அப்பறம்," என்று கேட்டாள்.

கனத்த வார்த்தை. அதற்கு பதிலாக அதை கடந்த எடைகொண்ட ஒரு மௌனத்தை தான் நான் முன்வைத்தேன்.

அந்த தயக்கத்தை புரிந்தவள் போல் அவள் சிரித்தாள்.

"அப்போ நாங்க வரோம் கா. பாப்போம். ப்ரியாவை கேட்டதா சொல்லுங்க," என்று சம்பிரதாயமாக ஒரு வார்த்தை சொன்னாள்.

நான் அவள் உதட்டை பார்த்தேன், அதே மெல்லிய சிறிய இதழ்கள்.

"உம்," என்று தலையசைத்து விலகினேன். காமம் கடந்து மூப்பு ஆட்கொண்ட பிறகும் அன்று இருந்த அதே உணர்வு, காலம் ஒரு முழு சக்கிரம் சுற்றியது போல் அங்கு வந்து நின்றது.

"ஒரே ஒரு முத்தம் குடுத்திருக்கலாம்,"

இடி யோசை முழங்கியது. எங்கோ தூரத்தில் மழை மிதந்து வரும் ஓசை கேட்டது. ஆழ்ந்த கடலுக்குள், பல யுகங்களுக்கு அப்பால், ஒரு புயல் உருக்கொள்ள தொடங்கியிருந்தது.

www.ingramcontent.com/pod-product-compliance
Lightning Source LLC
La Vergne TN
LVHW040913150826
845672LV00007B/2025